सांज तरंग

(नाविन्यपूर्ण कवितांचा संग्रह)

स्टोरीमिरर प्रस्तुत

STORYMIRROR
Stories that reflect you

कॉपीराइट © 2023 स्टोरीमिरर

हे कवितेचे काम आहे. लेखक त्याच्या/तिच्या बौद्धिक मालमत्तेचा मालक म्हणून ओळखल्या जाण्याचा त्याचा नैतिक हक्क सांगतो.
सर्व हक्क राखीव

प्रथम आवृत्ती : मार्च 2023
भारतात प्रकाशित

मुद्रक :

फॉन्ट : कोकिळा

ISBN: 978-81-960965-4-0

मुखपृष्ठ रचना : प्रशांत गुरव

STORYMIRROR
Stories that reflect you

प्रकाशक : स्टोरीमिरर इंफोटेक प्राईवेट लिमिटेड,
7 वा मजला, एल तारा बिल्डिंग, डेल्फी बिल्डिंगच्या मागे,
हिरानंदानी गार्डन्स, पवई, मुंबई, महाराष्ट्र - ४०००७६, भारत.

Web: *storymirror.com*
Facebook: *@storymirror*
Instagram: *@storymirror*
Twitter: *@story_mirror*
Contact Us: *marketing@storymirror.com*

या पुस्तकाचा कोणताही भाग पुनरुत्पादित केला जाऊ शकत नाही किंवा पुनर्प्राप्ती सिस्टममध्ये संग्रहित केला जाऊ शकत नाही किंवा कोणत्याही स्वरुपात किंवा कोणत्याही प्रकारे, इलेक्ट्रॉनिक, यांत्रिक, छायाप्रती, रेकॉर्डिंग किंवा लेखकाच्या स्पष्ट लेखी परवानगीशिवाय प्रसारित किंवा अनुवादीत केला जाऊ शकत नाही.

अनुक्रमणिका

1. कविता — *वर्षा अरगडे* 7
2. माझे स्वप्न — *रंजना पाटील* 9
3. आषाढीची वारी — *सुरेश श्रीरंग सोनवणे* 13
4. अशी असावी कविता — *संजय कान्हव* 15
5. मराठी भाषा गौरव — *विद्या जगताप* 19
6. आई — *बाळ झोडगे* 23
7. तुला स्पर्शुनी — *डॉ राजश्री ताम्हाणे* 27
8. मॅरिटल....*वॅलेंटाईन डे --- प्रमिला माने* 29
9. मैत्रीचा हात — *स्वाती वक्ते* 33
10. महामारीची सांगता.... — *प्रशांत भोसले* 35
11. पाऊस — *स्वरूपा कुलकर्णी* 37
12. पळस फुलला रानी — *अनिल पंडित* 41
13. रडला पाऊस — *तुषार सोनुले* 43
14. अनमोल नाते — *अमृता शुक्ला -डोहोळे* 45
15. जीवन — *मनोज जोशी* 49
16. बहरली प्रीत नव्याने… — *स्मिता भोस्कर चिद्रावार* 51
17. वास्तव — *उद्धव भयवाळ* 55
18. अजाणतेपणी — *विठ्ठल जाधव* 57
19. कधीकधी — *प्रणिता महिषी* 61
20. स्त्री अस्तित्व.. — वैष्णवी चव्हाण 63
21. तुला कसे न जाणवले — *विशाल पुणतांबेकर* 65
22. जगा मनमोकळे — *श्रद्धा* 67

23.	रे पावसा ...! — श्रावणी बाळासाहेब सुळ	71
24.	आम्हांला सोडून... — योगेश खालकर	75
25.	पावसाळा — अच्युत उमर्जी	77
26.	पाऊस — डॉ रेश्मा बनसोडे	79
27.	चतुर कावळा — वैशाली वंजारी	83
28.	प्रजासत्ताक — नालंदा सतीश	87
29.	विदग्धता — स्वप्ना साधनकर	91
30.	तसं प्रेम तु माझ्यावर करशील का — उमेश राजभोज	93
31.	नवी पहाट — सुमित संजय अतकुलवार	95
32.	तुझा मी — अमोल मेतकर	97
33.	"नुसतच कविता लिहिणं! — श्री विश्वनाथ शिरढोणकर	101
34.	आठवण — संदिप शिवाजी जंगम	103
35.	स्मशान — नेहा संखे	105
36.	बाप — भरत चौगले	107
37.	धुकं — खालीदा शेख	111
38.	डायरी — भावनेश पोहाण	113
39.	पावसा — समिक्षा बाळासाहेब जामखेडकर	117
40.	माहेर — शितल काळे	119
41.	पहिलं प्रेम — सविता म्हात्रे	121
42.	जाता जाता एक साद देऊन जा — सागर बांगर	125
43.	विरह — मंगेश सावंत	127
44.	एकांत.. — वनिता खंडारे	129
45.	पाऊस — नव्या गोठळ	131
46.	बाबा...... — सोनाली बुटले बंसल	135

47.	स्वागत आव्हानांचं — विशाखा मोरे	139
48.	कविते! — पंडित भिकाजी वराडे	141
49.	परिणय — श्रीमती शुभदा भांगले	145
50.	स्वतःस मारत गेलो... — श्री. प्रदीप पंडित वराडे	149
51.	अंगण — वैशाली देव	151
52.	वाट — श्री पंकज प्रकाश उपाध्ये	155

कवयित्री परिचय

वर्षा ही HR मॅनेजर म्हणून घरच्याच व्यवसायात कार्यरत आहे. तसेच ती 'रंगभूमी क्रियेशन्स' नावाची संस्था आपल्या मैत्रीणी बरोबर चालवते. ह्या संस्थेच्या नावाखाली एक महत्वाचा उपक्रम म्हणजे लहान मुलांसाठी (६ ते १४ वयोगट) असलेली पहिली 'अभिनव नाट्यशाळा'. शिक्षणाने ती B. Pharmacy आणि MBA आहे. तिला वाचनाची आणि लिखाणची खुप आवड आहे. त्याच आवडीतुन तिने कथा, कविता आणि लेख लिहीले आहेत.

कविता

वर्षा अरगडे

कवितेची कल्पना
कधीही येऊन धडकते
काळ, वेळ, कर्तव्यात
ती न कधी अडकते
आल्यावर मात्र
स्वस्थ ती न मुळी बसू देत
नवनिर्मितीच्या आगमनाच्या
प्रसूती वेदना मला भेट
तिच्या पुर्ण आगमनानंतर
मन थकून शांत होत
रंग, रूप, आशयावरून
तिच छान बारस होतं
ताल, लय, भावना
ह्यानी तिला सजवलं जातं
पेनाची दोरी असलेल्या
पुस्तकाच्या पाळण्यात
तिला अलगद जोजावल जातं
कल्पनारूपी बीजातून
अशा प्रतिभावान कवितेचं
आगमन होतं

कवयित्री परिचय

डॉ. रंजना पाटील बी. एस्सी. एम. ए. एम. एड. असून त्या बृहन्मुंबई महानगरपालिकेतील शिक्षण विभागातील गुरुगोविंदसिंग मराठी शाळेत कार्यरत आहेत. आपल्या 30 वर्षाच्या कारकिर्दीत गरीब विद्यार्थ्यांना आईच्या मायेने शिकवून त्यांना शिक्षणाच्या प्रवाहात टिकवून ठेवण्याचे पवित्र कार्य त्या करीत आहेत. त्याचबरोबर सामाजिक बांधिलकी जपत त्यांनी संस्कृती संवर्धन प्रतिष्ठानच्या मार्फत घेतल्या जाणाऱ्या विविध उपक्रमात विद्यार्थ्यांनी सहभागी करून घेत विद्यार्थ्यांमध्ये भारतीय संस्कृती चे बीजारोपण करीत असतात. मातृभाषेचा प्रचार व प्रसाराचे कार्य अखिल भारतीय मराठी साहित्य परिषदेच्या माध्यमातून करीत असतात. कोविड-19 च्या काळात विद्यार्थी शिक्षणापासून वंचित राहू नये म्हणून महानगरपालिकेतील व राज्यातील शिक्षकांना तांत्रिक कौशल्ये शिकवून हजारो विद्यार्थी लॉकडाऊन च्या काळातही शिक्षणाच्या प्रवाहात टिकवून ठेवले. मानवी जीवन उन्नत व उदात्त व्हावे यासाठी त्या कार्यरत आहेत. त्यांच्या य कार्यात महाराष्ट्रासह देशातील लोक सुध्दा जोडले गेलेले आहेत. त्यांच्या या कार्याचा गौरव म्हणून मुंबई महानगरपालिकेचा मनाचा समजला जाणार महापौर पुरस्कार त्यांना प्राप्त झाला आहे, अनेक राष्ट्रीय व राज्यस्तरीय पुरस्काराने त्यांना सन्मानित करण्यात आलेले आहे. जेम्स ऑफ इंडिया, वुमन लीडरशिप अवॉर्ड, सावित्रीबाई फुले नॅशनल फेलोशिप, यासारख्या विविध पुरस्कारांनी त्यांना सन्मानित करण्यात आलेले आहे. त्यांच्या कार्याचा गौरव म्हणून त्यांना विश्व मानवाधिकार आयोगातर्फे डॉक्टरेट ही पदवी देवून सन्मानित करण्यात आलेले आहे.

✤✤✤

माझे स्वप्न

रंजना पाटील

पहिले आहे मी
सुंदर एक स्वप्न
स्वच्छ सुंदर भारताचे
रेखीले मी चित्र. !!१!!

माझ्या स्वप्नातील भारतात
एकत्र सर्व जाती धर्म वसू दे
नकोत भिंती धर्मा अधर्माच्या
नकोत तंटे जातीपातीचे !!२!!

स्वप्न एक मी पाहिले
देशाच्या ऐक्याचे अन् प्रगतीचे
बंद करा द्वारे इर्षेचे अन् द्वेषाचे
खुलू दे नित्यप्रगतीची अन् ऐक्याची दारे!!३!!

स्वप्नात मी पाहिले
उंचध्वजा प्रगतीची अन् शांतीची
सुंदर माझ्या भारतमातेच्या
यशाची नि कीर्तीची!!४!!

कीर्तीचा डंका माझ्या देशाचा
अवघ्या जगात वाजू दे
शिक्षण, आरोग्य अन् तंत्रज्ञानाची
नित्य कास राहू दे!!५!!

✤✤✤

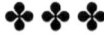

कवी परिचय

“प्रतिभाग्रज” अर्थात **सुरेश श्रीरंग सोनवणे** हे भारतीय रेल्वेतील IRTS कॅडरचे प्रशासकीय अधिकारी असून “छत्रपती शिवाजी महाराज टर्मिनस” येथे “स्टेशन डायरेक्टर” या पदावर कार्यरत आहेत. अतिशय व्यग्र अशा देशातील पहिल्या स्टेशनचा कार्यभार सांभाळून त्यांनी साहित्याची आवड लेखनातून जोपासली आहे हे कौतुकास्पद आहे.

स्टोरीमिररच्या प्लॅटफॉर्मवर प्रसिद्ध कवितांतून त्यांनी विविध विषयांवर कवितालेखन केले आहे त्यांना अनेक स्पर्धेतील पुरस्कार प्राप्त झाले आहेत तसेच “स्टोरीमिरर ऑथर ऑफ दी ईयर 2021” साठी नामांकन सुद्धा प्राप्त झाले होते.

मुंबईच्या प्रसिद्ध वझे - केळकर कॉलेजात शिकून मुंबई विद्यापीठातून पदवी प्राप्त केल्यानंतर रेल्वे सेवा निवडली. “लोकमान्य टिळक टर्मिनस” येथे “स्टेशन डायरेक्टर” या पदावर कार्यरत असताना लॉकडाऊन मध्ये विशेष उल्लेखनीय कार्य करत 154 श्रमिक स्पेशल ट्रेन्स नियोजनबद्ध रीतीने संपूर्ण देशात रवाना केल्या, ज्यातून 2,25,000 अडकलेल्या श्रमिकांना आपल्या घरी पोहचता आले. यासाठी त्यांना रेल्वे बोर्ड दिल्ली व महाप्रवंधक मध्य रेल्वे मुंबई यांच्यातर्फे रोख रकमेसह प्रमाणपत्र देऊन गौरविण्यात आले आहे.

साहित्यासह त्यांना सामाजीक व पर्यावरण क्षेत्रात विशेष रस आहे. “लोकमान्य टिळक टर्मिनस” येथे त्यांनी 1000 वृक्षांचे “मियावाकी जंगल” फुलवले आहे तसे विविध प्रसंगी आणखी 500 वृक्षारोपण केलेले आहेत ज्यात नुकत्याच रोपण केलेल्या 228 पिंपळ, अर्जुन, चाफा आणि मोहगणीच्या वृक्षांचा समावेश आहे.

त्यांचे पर्यावरण प्रेम त्यांच्या कवितेत दिसून येते उदाहरणार्थ “मियावाकी वन” ही कविता विशेष उल्लेखनीय आहे.

✤✤✤

आषाढीची वारी

सुरेश श्रीरंग सोनवणे

वारी मध्ये वारी। आषाढीची वारी।
पावसात करी। वारकरी।।1।।

कारण ती झाली। मोडण्या चाकोरी।
चुकायला वारी। महामारी।।2।।

बोलवे मुरारी । जगाचा कैवारी।
बाप विठू हरी। साक्षात्कारी।।3।।

ध्यास ती पंढरी। वैखरी श्रीहरी।
पताका केशरी। खांद्यावरी।।4।।

अठ्ठावीस युगे । उभा तो कैवारी ।
चंद्रभागेतीरी । विटेवरी।। 5।।

पिंजारी भंडारी। लोणारी अतारी।
भेटे लोक सारी। उराउरी।।6।।

दुमदुमली ती। नगरी पंढरी ।
राम कृष्ण हरी। भीमातीरी ।।7।।

✤✤✤

कवी परिचय

संजय खाजगी कंपनीत ड्राफ्ट्समन आहे पण उत्कृष्ट प्रतिभा लाभलेला कवी आहे. “काव्य हाच श्वास व आत्मा” असे तो मानतो. त्याने आजवर साहित्यरत्न, काव्यरत्न पुरस्कार, तसेच ऑनलाईन राज्यस्तरीय काव्यस्पर्धेत उत्कृष्ट, प्रथम, द्वितीय व तृतीय असे अनेक सन्मान प्राप्त केले आहे. स्टोरीमिरर चा ऑथर ऑफ द विक हा सन्मान देखील मिळवला आहे. अ.भा.म.सा. संमेलनमध्येही काव्यवाचन करून रसिकांची दाद मिळवलेली आहे. कविता बरोबरच उत्कृष्ट हार्मोनियम वाजविणे, गायन, चित्रकला अश्या कलांमध्येही तो परिपूर्ण आहे.

✤✤✤

अशी असावी कविता

संजय कान्हव

काळजात जन्मलेली,
ओठातुनी फुललेली ।
अशी असावी कविता,
मनी भाव रुजलेली ॥

अशी असावी कविता,
झेप आकाशी घेणारी ।
ग्रह ताऱ्यांना भेटून,
पुन्हा यावी भूमीवरी ॥

प्रेम वात्सल्य आईचे,
गाते खळखळून ती ।
पुत्र गोंडस साजरा,
तसे शब्द यावे हाती ॥

अलंकार प्रतिभाने,
सुशोभीत प्रकटावी ।
साधी सोपी सरळता,
भाषा मुढास कळावी ॥

दुःखी पीडितांच्या घरी,
तिने जावे मनातून ।
त्यांच्या व्यथा त्या पाहून,
मांडाव्यात काव्यातून ॥

धीर देणारी असावी,
बाप होणारी असावी ।
भुकेलेल्या बालकाची,
माता यशोदा ती व्हावी ॥

येतो श्रावण जसा की,
व्हावी ती हिरवीगार ।
प्रेमगीत सप्तरंगी,
नाचे करूनी शृंगार ॥

बीज अंकुरावे तसे,
मनी फुलून ती यावी ।
फळे रसाळ मधाळ,
तिच्या अर्थाने चाखावी ॥

नवरस सजलेली,
अन्यायाला फोडणारी ।
कधी होऊन विद्रोही,
प्रश्न गूढ मांडणारी ॥

समाजाचे प्रबोधन,
व्हावे शब्दा शब्दांतून ।
पिढी सुधारावी पुढे,
सुविचारी काव्यांतून ।

अशी असावी कविता,
श्वास व्हावी जीवनाची ।
संजीवनी ती देणारी,
कुपी व्हावी अमृताची ॥

कवयित्री परिचय

सौ. विद्या मराठीची शिक्षिका आहेत. लहानपणापासून मराठी भाषेची आवड असलेल्या विद्या यांना साहित्याची आवड त्यांच्या आईबाबांकडून आली. त्यांचे एम ए. पर्यंत शिक्षण सातारमध्ये झाले. संसार सांभाळून त्यांना बी.एड. ला मराठी विषयात फर्स्ट क्लास मिळाला.

आत्तापर्यंत 50 ते 60 स्पर्धेत त्यांनी उस्फूर्त सहभाग नोंदवला. सर्वोत्कृष्ट, प्रथम असे विविध बहुमान त्यांना मिळाले आहेत. पुणे पुढारी, ऑनलाईन न्युज पेपरमध्ये साहित्य प्रकाशित. स्टोरीमिररवर सदस्य असलेल्या विद्या यांना मार्च सप्ताह पहिला बहुमान मिळाला त्यासाठी कवितेचे योगदान त्यांनी दिले. पुणे रेडिओवर बऱ्याच अलक सादर केले आहेत. कथा कौमुदी, मुक्त भरारी यासारख्या पुस्तकात साहित्य प्रकाशित आहेत. *विवा फॉउंडेशनतर्फे* राबविण्यात आलेल्या पावसाळी स्पर्धेत कविता सादर जिंगल स्पर्धेत त्यांना तृतीय सन्मान तसेच सर्वोत्कृष्ट लावणी काव्य पुरस्कारही मिळाला आहे.

मराठी भाषा गौरव

विद्या जगताप

मराठी माझी माय सुसंस्कृत 'सुंदरी' हाय...
रेषांचं छप्पर
तिच्या माथी हाय !...1

ह्रस्व अन दीर्घ
घसरतो कधी पाय...
आधाराला काठीचे
बळ तिला हाय !...2

वेलांटीचा पदर
तिच्या डोईवरती हाय...
काना पाठीशी
सतत उभा हाय !...3

उकार अन मात्राची
'पवित्र' माझी माय...
अनुस्वार अन चिन्हे
आधार तिचा हाय !... 4

स्वर अन व्यंजनाची
नवीन नवरी हाय...
जोडाक्षर पोटात
वाढवती माझी माय !...4

अक्षरे जपता काळजात
संस्कृती धरून हाय...
अवनीच्या गर्भात
आठते माझी माय !...5

कौतुकी सजता शृंगारी
लावण्यवती हाय...
पिढ्यानंपिढ्या जपती वारसा
माझी माय.. माझीच माय !...6

कवी परिचय

बाळ झोडगे हे मुंबईतील बेस्ट उपक्रमाचे सेवानिवृत्त माजी सहायक जनसंपर्क अधिकारी असून कथा-कविता लिहिण्याचा त्यांना छंद आहे. त्यांच्या कथा - कविता विविध मासिकात प्रसिद्ध झाल्या आहेत. अखिल भारतीय मराठी साहित्य परिषदतर्फे आयोजित केलेल्या व दोन दिवस अखंडपणे चाललेल्या ' ऑनलाईन काव्य संमेलन - २०२० 'चे ते सहभागी कवी म्हणून ' डायमंड बुक ऑफ वर्ल्ड रेकॉर्ड ' च्या व्यवस्थापनाने त्यांना 'मेडल व प्रमाणपत्र 'देऊन त्यांचा सन्मान केला आहे. स्टोरीमिररने प्रकाशित केलेल्या 'लालितबंध ' व ' जिंदगी इस तरह ' या अनुक्रमे मराठी कथासंग्रह व हिंदी काव्यसंग्रहामध्ये कथा - कविता प्रकाशित झाल्या आहेत. स्टोरीमिरर बहुभाषिक साहित्यिक व्यासपीठावर त्यांचे मराठी, हिंदी व इंग्रजी भाषेतील कथा-कविता प्रसिद्ध झाल्या आहेत. सन २०२० व २०२१ मध्ये स्टोरीमिरर 'ऑर्थर ऑफ द विक ' पुरस्काराने सन्मानित करण्यात आले. ' ऑर्थर ऑफ द इयर - २०२१ ' या पुरस्कारासाठी नामांकित करण्यात आले होते. ' आई ' ह्या प्रस्तुत कवितेलास्टोरीमिररने द्वितीय पारितोषिक देऊन त्यांना सन्मानित केले.

आई

बाळ झोडगे

तात्यांच्या आजारपणामुळं ऐन दुष्काळात
आई, तुला झुंजावं लागलं एकटीलाच
पाचवीला पुजलेल्या भयाण दारिद्र्याशी
तारेवर ढोलकं वाजवणाऱ्या डोंबाऱ्यावाणी!

घेतलंस तू हाती टिकाव, खोऱ्या नि पाटी
अन् निघालीस मर्दासारखी बराशी काढायला
सरकारच्या दुष्काळी 'धडक योजनेत'
आमच्या पोटाची खळगी भरण्यासाठी !

रणरणत्या उन्हाच्या भाजत्या खाईत
खंदत होतीस टिकावानं... हिम्मतीनं,
भरत होतीस पाटीत खोऱ्यानं माती
अन् वहातही होती तूच टाकण्यासाठी!

घामानं डबडबलेल्या तुझ्या अंगाला
चिकटलेली माती चमकत होती... हिऱ्यावाणी !
अन् नकळतपणे कोरलं गेलं मज हृदयी
तुझ्या अपरिमित कष्टाचं चिरंजीवी शिल्प !

दारिद्र्याच्या जूनेराला दंड घालता घालता
आई, तुझा जीव मेटाकुटीला येत होता
तरीही चेहऱ्यावर उसणं हास्य आणून
धीर देत तू म्हणायची,' सरतील हेबी दिस !"

तुझा अथक,अखंड कष्टाचा खरखरीत हात
मायेनं जेव्हा माझ्या डोक्यावर फिरतो
तेव्हा प्रचंड ऊर्जा संचारते माझ्या सर्वांगात
गरुड झेपेनं आसमंत पादाक्रांत करण्याची !

कवयित्री परिचय

डॉ राजश्री मुळात बायोकेमिस्ट आणि अध्यात्मिक उपचार करणाऱ्या आहेत, पण मनापासून त्या कवयित्री आणि लेखिका आहेत. तिने काही प्रकाशित आणि अप्रकाशित कविता आणि लेख लिहिले आहेत. तिने पुणे विद्यापीठातून बायोकेमिस्ट्रीमध्ये पदव्युत्तर शिक्षण घेतले आहे. तिला ओपन इंटरनॅशनल युनिव्हर्सिटी फॉर कॉम्प्लिमेंटरी मेडिसीन्स, श्रीलंका यांनी पीएचडी दिली आहे. तिच्या खात्यावर जेनेटिक्स, बायोटेक्नॉलॉजी, एन्झाईम्स, अल्टरनेटिव्ह मेडिसिन अशा विविध विषयांवर जवळपास 20 शैक्षणिक पुस्तके आहेत. भारतातील तिच्या योगदानाबद्दल भारतीय ॲक्युप्रेशर योग ॲक्युप्रेशर परिषदेने आयोजित केलेल्या राष्ट्रीय परिषदेत तिला पर्यायी औषधाचे रत्न प्रदान करण्यात आले. कोविड महामारी दरम्यान तिने कोविड रूग्णांच्या जलद बरे होण्यासाठी त्यांना आध्यात्मिक उपचार दिले. ती आध्यात्मिक उपचार आणि रेकीसाठी नियमित अभ्यासक आहे. अलीकडेच तिने VinRa ची स्थापना केली. VinRa येथे, तिने भारताच्या अंतर्गत भागातील अल्प विशेषाधिकारप्राप्त विद्यार्थ्यांसाठी शालेय शिक्षण आणि उच्च शिक्षणासाठी ॲप विकसित केले. शिक्षणाचे डिजिटलायझेशन आणि गो डिजीटल गो ग्रीन हे त्यामागचे ध्येय आहे.

तुला स्पर्शुनी

डॉ राजश्री ताम्हाणे

नजरेने तुझ्या मनी स्पर्श असा केला,
भेटुनी तुला आज हे सुखचैतन्य आले,
तुला स्पर्शुनी....आज मी सुंदर झाले....

रोजचेच वारे......आज खूप बेभान झाले,
पायवाट माझी आता....तुझ्यासंगी चाले,
पाखराला आज ह्या घरटे मिळाले,
तुला स्पर्शुनी....आज मी सुंदर झाले....

मनी स्वप्नांचे मी एक घरकुल बांधले,
क्षण क्षण मी तुझ्यात चिंब चिंब नाहले,
शिंपल्यात तुझ्या...आज मी मोती जाहले,
तुला स्पर्शुनी....आज मी सुंदर झाले....

माझ्याच चंद्राची आज मी चांदणी झाले,
अपुरा तू नी मी...मी अर्धांगी झाले,
स्वप्न माझे दुरावलेले...आज सत्यात आले,
तुला स्पर्शुनी....आज मी सुंदर झाले....
जगू दे दोन क्षण मज आता...श्वास माझा चोरू नको रे,
प्रीत माझी समजुनी....तू आता परतू नको रे,

अनोळखीच सुख तसे मज...भेटाया त्यास आतुर झाले,
तुला स्पर्शुनी....आज मी सुंदर झाले....

कवयित्री परिचय

प्रमिला एका नामांकित फारमास्युटिकल कंपनी मध्ये व्यवस्थापक या पदावर कार्यरत आहे. ती औषधनिर्माणशास्त्र या विभागात पदवीधर आहे. संशोधन क्षेत्रा मध्ये व्यस्त असूनही तिने स्वतः मधील लेखिका हळुवार पणे जपली आहे. तिला वाचना बरोबरच संगीत आणि नृत्य ह्याची देखील विशेष आवड आहे. ह्या आवडीतूनच ती सध्या गिटार शिकत आहे. आपल्या लेखनामध्ये नावीन्य आणण्याचा तिचा नेहमीच प्रयत्न असतो.

मॅरिटल....वॅलेंटाईन डे

प्रमिला माने

व्हेलेंटाईन डेच अप्रुप नाही राहील पहिल्या सारख जरी
तरी प्रेम कमी झालय आस नाही.....
कारण ...

अजुनही मला तोच लागतो सकाळचा उगवलेला सुर्य दाखवायला....
आयुष्यातील प्रवासात माझ्याच वेगाने चालतानापण वेळोवेळी सांभाळायला अजुनही
मला तोच लागतो ....

जबाबदाऱ्या आणि कर्तव्य पार पाडताना होणाऱ्या अथक श्रमातूनही....
अट्टाहासाने स्वतः साठी जगण्याची आठवण करुन द्यायला ....
आजुनही मला तोच लागतो.....

सगळयांना सामावून दोन्हीकडची नाती मीच चार्ज ठेवत असेल कदाचित....
पण माझ्या संवेदनशील मनाचा फोन चार्ज करायला
अजुनही मला तोच लागतो ....

संध्याकाळी घरी येते, पिल्लू धावत दार उघडतं...
त्याला जवळ घेऊन त्याची अखंड बडबड ऐकताना माझी नजर घरभर भिरभिरते.....
हे सगळ हसून बघत नजरेनेच 'मी आहे' ही सुखद जाणीव द्यायला
अजुनही मला तोच लागतो ....

दिवसभराचा क्षीण बाजूला सारुन....
रात्री घराचे, शरीराचे आणि मनाचे दिवे मालवून...
खांद्यावर निवांत डोळे मिटायला ...

अजुनही मला तोच लागतो ......
म्हणूनच व्हेलेंटाईन डे च आता अप्रुप नसलं तरी....
माझ्या त्याच्या बहरलेल्या नात्याचं अप्रुप आहे मला.....
हेच अप्रुप मिरवायला पण,
अजुनही मला तोच लागतो ......

कवयित्री परिचय

स्वाती वक्ते ही मुलांमध्ये रमणारी, शिकवण्याची आवड असणारी गणित, विज्ञान शिकवणारी एक ट्यूटर आहे. तिला लिखाणाची आवड आहे. पहिली कविता तिने सातवीत असताना लिहिली. वेगवेगळ्या वेबसाईटवर कथा, कविता, लेख ती लिहिते. लिखानासोबत योगाचीही आवड तिला आहे. ती एक योगशिक्षिकाही आहे. नविन गोष्टी शिकण्याची आवड असल्यामुळे सतत काहीतरी नविन शिकण्याचा, करण्याचा तिचा प्रयत्न असतो.

✤✤✤

मैत्रीचा हात

स्वाती वक्ते

मैत्रीचे नाते अतूट
जुळले माझे वृक्षाशी
सखा हा माझा गोजिरा
साथ वाटते त्याची हवीशी

तळपत्या उन्हात देतो गारवा
खंबीरपणे राहून उभा,
सखा माझा हा सोबती
पाऊस आणतो नभा

बघून त्याला मिळतो
डोळ्यांना माझ्या दिलासा,
होते मी तृप्त
त्याच्या रक्षणाचा घेऊन वसा

निःस्वार्थ त्याचे प्रेम
करतो तो माझे पोषण
पुरवून अन्न, वस्त्र, निवारा
त्याचे कसे फेडू मी ऋण

माझा हा सखा गोजिरवाणा
आहे मला हवाहवासा,
म्हणून करते वृक्षारोपण
देऊन घट्ट मैत्रीचा हात जसा

❖❖❖

कवी परिचय

प्रशांत शंकर भोसले (जन्म -५जुलै१९७८) हे पुणे महानगर परिवहन महामंडळ लिमिटेड च्या स्वारगेट डेपोत बस कंडक्टर आहेत.त्यांचे बी.ए .बी एड पर्यंतचे शिक्षण पुणे विद्यापीठातून झाले आहे. सामाजीक कार्याची आवड असल्याने कोविड काळात त्यांनी स्वतः ला पुर्णपणे झोकून दिले होते. त्यांना पुणे महानगर पालिकेने कोविड योध्दा म्हणून सन्मानित केले. धम्मभूमी देहू रोड सामाजिक संस्थेने कोविड योध्दा गुणगौरव पुरस्कार देऊन सन्मानित केले. त्यांनी कोविड मध्ये केलेल्या उल्लेखनीय कार्यांसाठी जागतिक संविधान आणि संसद असोसिएशनने २०२२चा वर्ल्ड पार्लमेंट इंटरनॅशनल अवार्ड देऊन सन्मानित केले होते. तसेच २०२२ला त्यांना जागतिक संसदेचे सदस्यत्व प्रदान करण्यात आले. त्यांना ड्रीम फाऊंडेशन ने २०२२चा डॉ.कलाम युवा प्रेरणा पुरस्कार देऊन सन्मानित केले होते. ६१व्या राज्य नाट्य स्पर्धेत सहभागी होऊन त्यांनी आपली कलेची आवड जपली आहे. त्यांना लेखनाची आवड असल्याने त्यांची आई या विषयावर ची कविता महामाय या काव्यसंग्रहा मार्फत ग्रिनीज बुक ऑफ वर्ल्ड रेकॉर्ड साठी गेली आहे.

महामारीची सांगता....

प्रशांत भोसले

सगळं बंद असताना, ॲम्बुलन्समधील स्ट्रेचर वर दाटीवाटीने बसून
कोविड केअर सेंटर पर्यंत पोहण्याची माझी धडपड कोणाला का दिसली नाही.
मला तर करायची होती या महामारीची सांगता....

ऑक्सिजन आणि व्हेंटिलेटर अभावी निपचित पडलेल्या
माझ्या कोविड ग्रस्ताचा श्वास गुदमरतोय हे कोणाला का दिसले नाही.
मला तर करायची होती या महामारीची सांगता....

माणुसकी नसलेलं रक्त मला वेगळे करायचे होते मग
माणुसकी विसरलेली रक्ताची नाती कोणाला का दिसली नाही.
मला तर करायची होती या महामारीची सांगता....

काळी बुरशी नंगानाच करत असताना
शेवाळलेल्या मनाला स्वच्छ करावेसे कोणालाच का वाटलं नाही.
मला तर करायची होती या महामारीची सांगता...

लसीकरणाच्या चालू असलेल्या राजकारणामुळे
कित्येकांची जीवनज्योत मावळलेली कोणाला का दिसली नाही.
मला तर करायची होती या महामारीची सांगता....

मला लाख करु देत कोविड योध्दा म्हणून सन्मानित
म्हणून नियमच धाब्यावर बसवणारे कोणाला का दिसले नाही.
मला तर करायची होती या महामारीची सांगता.....

कवयित्री परिचय

स्वरूपा कुलकर्णी संगणक विषय घेऊन विज्ञान पदविधर आहे (B.sc.Comp.) तिने तिचे संपूर्ण शिक्षण संभाजीनगर (औरंगाबाद), महाराष्ट्र येथे पूर्ण केले. तिला लहानपणापासूनच विविध कला-कौशल्यांची आवड आहे. तिने शास्त्रिय गायनाची प्रवेशिका परिक्षा दिलीये. चित्रकला,लेखन,वाचन हे तिच्या अत्यंत लाडक्या व आवडत्या विषयांपैकी काही विषय आहेत. तिला लहानपणापासून निबंध, वक्तृत्व, चित्रकला, रांगोळी या विभागात अनेक बक्षिसं मिळाली आहेत. ती जशी संगितातली उत्तम गायिका आहे तशीच उत्तम लेखिका देखिल आहे. तिला लेखनात अनेक डिजीटल सर्टिफीकिट मिळाले आहेत. तिच्या लेखनाचं कौतूकही झालं आहे. दैनिक सकाळमध्ये तिच्या स्वलिखीत कविताही प्रसिद्ध झाल्या आहेत. तिला अनेकदा पहिल्या दुसऱ्या नंबरचे बक्षिस मिळाली आहेत. स्टोरीमिरर मध्ये Author of the month- August ची ती मानकरी ठरली आहे. तिची लेखनक्षेत्रात उत्तम घोडदौड चालू आहे.

तिच्या भावी वाटचालीसाठी तिला खूप खूप शुभेच्छा!!

पाऊस

स्वरूपा कुलकर्णी

थेंब थेंब पावसाचे,
आले खिडकीतून आत...
थंड हवेची झुळूक,
स्पर्शून गेली मनास...

पडदा फडफडवून क्षणात,
आला भर्रकन आत...
शिंपडले थेंब वेडे,
मी आनंदले मनात...

गरम गरम कॉफीचा,
सुगंध दरवळला घरात...
मी, कॉफी नी पाऊस,
विरघळलो उराउरी क्षणात...

हलकेच उतरला पाऊस,
खिडकीतून सहज घरात,
धरूनी हात माझा,
लेखणी बुडाली निळसर धुक्यात...

नि:शब्द आस्मानी प्रीती,
गहिवरली मन्मनी क्षणात,
भाववेडी राधिका,
उतरली निळया शाईत आज..

तो कैफ मोरपंखी क्षणांचा,
चढला एकांतास आज
मी न उरले वेगळी,
अन् उरला पाऊस तनमनात...

✤✤✤

कवी परिचय

अनिल हे प्राध्यापक तसेच संशोधक आहेत. त्यांना साहित्य निर्मिती प्रेरणा देते. ते मराठी हिंदी भाषेत कविता व लेख लिहितात. स्टोरीमिररच्या सप्टेंबर 2022 च्या प्रकाशांनासाठी *जिंदगी इस तरह* कवितेचे संकलन या संग्रहात कविता" घर तो घर है " प्रकाशित आहे. त्यांनी वरिष्ठ महाविद्यालयात हिंदी चे अध्यापनाचे कार्य केले आहे. आयएसबीएन दर्जा चे असलेले अजिंठा प्रकाशन औरगाबाद यात हिंदी चे लेख प्रकाशित केले आहेत. त्यांचे शिक्षण एम.ए. एम.एड. हिंदी व राज्शास्त्र आहे. तसेच राज्शास्त्र विषयाचे लेख आंतरराष्ट्रीय दर्जाचे असलेले करेंट ग्लोबल रिव्हीवर या यूजीसी मान्यता असलेले इंटरनॅशनल जर्नल मध्ये लोकशाही या संशोधन विषयावर लेख प्रकाशित आहे. त्यांना वाचन प्रवास आणि साहित्य लेखनाची आवड आहे.

✤✤✤

पळस फुलला रानी

अनिल पंडित

पळस फुलला रानी
लाल रंग उधळूणी

मोहक रूप देखणे
पळसाचे ते फुलने

पळस फुलताना फुलतो असा
अबोल प्रीतिला मिळतो शब्द जसा

राना रानात पळस फुलतो
मना मनात वसंत बहरतो

लहरली पळसाची फुले अशी
रात चांदणी बहरली जशी

पक्षांची किलबिलाट कानी
वसंतात गातात पळसाची गाणी

नयनाची नजर
हृदयाची धड धड
पळस फुले जीवनभर............

✤✤✤

कवी परिचय

"कला, कलम आणि कायदा" ह्या तीन गोष्टींचा जीवनमार्ग निवडलेले युवा लेखक, कवी म्हणजे **तुषार सोनुले**. हे सध्या कोल्हापूर येथे आपलं कायद्याचं शिक्षण पुर्ण करत आहेत. कोल्हापुरच्या रांगड्या मातीचा वारसा सांगणार्या ह्या लेखकाला नटरंगकार अनंत यादवांच्या पाऊलखुणा असलेल्या कागल परीसराचा सहवास लाभला आहे. मराठी, हिंदी, उर्दू आदीं भाषांमधून त्यांच्या रचना प्रकाशित झाल्या आहेत.

कवी स्वतः विद्यार्थी चळवळीत सक्रीय असल्यामुळे त्यांच्या लेखनावर शृंगारा बरोबरचं विद्रोही लेखनशैलीचा हि प्रभाव स्पष्ट जाणवतो. वयाच्या 19व्या वर्षी त्यांना "DYFI युवा साहित्य पुरस्कार 2019" मिळाला आहे. @poetic_Justice_ts ह्या इंस्टाग्राम पेजच्या माध्यमातून ऑनलाईन ते आपल्या नव-नवीन रचना वाचकांपर्यंत पोहचवण्याचा प्रयत्न करत असतात.

✤✤✤

रडला पाऊस

तुषार सोनुले

ओढ पावसाची अशी,
धरणीला गाजे
धरणीचं गाणं जणू
आभाळात वाजे..
आभाळाच्या मनी,
मग गडगड दाटे
ऐकू कळवळ,
जीव धरणीचा फाटे..
वीज काढी फोटू
अशा दोघा काळजांचा.
हारकले थेंब म्हणे
काढ! माझा माझा..
आभाळाने मग असा
टाकला उसासा
आभाळाचे थेंब
देई मातीला दिलासा..
ओघळले थेंब
रानी डोलला हा ऊस
धरणीला भेटून
काल रडला पाऊस..

कवयित्री परिचय

अमृता 'ही नाशिक मधील अध्यात्मिक क्षेत्रात शिक्षिका, लेखिका आहे. तांत्रिक क्षेत्रात देखील साहाय्य विभागात प्रमुख आहे. तिने M. com, D.cm, Dcs शिक्षण घेतले असून, Teacher Training course देखील पूर्ण केला आहे.

सध्याच्या काळात online भगवत गीता शिकवते आहे, श्रीमद भागवत रसिक कुटुंब मध्ये देखील Tech support सेवा प्रदान करत आहे. तसेच आनंदी नारायण न्यास समितीच्या वतीने दासबोध समीक्षण सेवा देखील देते आहे. तिला कविता,कथा रचना करण्यास फार आवडते,नियमित एक उत्कृष्ट ब्लॉगर देखील आहे. जे जे सकारात्मक, सुंदर, उदात्त कल्पना आहेत, त्या विचार धारेमधून समाजात प्रवाहित करण्यासाठी ती नेहेमी प्रयत्नशील असते.

शिवाय स्टोरीमिरर च्या सर्व स्तरांवरील होणाऱ्या विविध स्पर्धांमध्ये तिचा सक्रिय सहभागी असतो.

अनमोल नाते

अमृता शुक्ला-डोहोळे

बहिण भावाच नात
जगा पलिकडच असत
त्यात कधी भांडण तर कधी
प्रेम बहरलेल असत

भावाच्या चेहऱ्यावरचा आनंद बघून
त्याच्या मनातल दुःख ओळखनारी
व्यक्ति असते बहिण

कधी रागभरनारी तर कधी रुसनारी
व्यक्ति असते बहिण

कधी हसवून रडवनारी
तर कधी रडवून हसवनारी
व्यक्ति असते बहिण

भावाच्या मनातल दुःख ओळखणारी
व्यक्ति असते बहिण

रक्षा बंधनाचा उत्सव भावासाठी
उत्साहात साजरा करणारी
व्यक्ति असते बहिण…

कवी परिचय

मनोज पर्यावरण शास्त्र विषयात पदवयुत्तर अभ्यास पूर्ण करून भारतातील अग्रगण्य इन्फॉर्मशन टेकनॉलॉजि कंपनी मध्ये एन्विरॉन्मेंटल सस्टेनेबिलिटी आणि हेल्थ अँड सेफटी ह्या कॉर्पोरेट ग्रुप मध्ये कार्यरत आहे. मनोज ने पर्यावरणपूरक जीवनशैली, कचरा व्यवस्थापन आणि वर्षा जल संवर्धन ह्या विषयांवर कोल्हापूर आकाशवाणी आणि वृत्तपत्र आणि इतर माध्यमातून विवेचन आणि लिखाण केले आहे. कविता आणि लेख ह्या माध्यमातून आपल्या विचारांना व्यक्त करणे मनोज ला आवडते. नुकतेच मराठी आणि हिंदी कवितांबरोबर त्याने उर्दू भाषेतून गझल लिहिण्याचा पण अभ्यास सुरु केला आहे. "आम्ही शारदोपासक" ह्या कौटुंबिक मुखपत्राचे एक दशक सह संपादक आणि संपादक म्हणून त्याने काम केले आहे. वाचणाऱ्यांना लिहायला आणि विचार करायला लावणारे हे मुखपत्र गेली दोन दशके मनोज चे कुटुंबीय अत्यंत आनंदाने आणि निष्ठने चालवीत आहेत. त्याबरोबर गाणे आणि तबला वाजवणे हे छंद आहेतच पण भटकंती आणि पु. ल. भक्तांशी गाठभेट करून त्यांच्याशी पुलमय गप्पात रंगाणे मनोज ला खूप आवडते.

✤✤✤

जीवन

मनोज जोशी

तूझे नी माझे जगणे रिक्त झाले
सूर ओवलेले ते गाणे मुक्त झाले

एकेक श्वासांचे बंध हलके हलके
वीण सूटूनी ते आस फक्त झाले

कसे हे जळावे शरीर आहे अधर्मी
लाकडी ढिगांचे भाव भक्त झाले

कुणाच्या संगमावर लिहीलेले अभंग
आज कुणाच्याही मुखी उक्त झाले

काल ठोकेलेल्या त्वेशयुक्त आरोळयांचे
ठेकेदार कसे सारेच अव्यक्त झाले

प्रसवली कुणा ईथे नव्याने अफवा ही
हद्दपार जे जे ते अनभिषिक्त झाले

कुणा का न दिसावे नवउदयाचे ठसे हे
अंध राजाचे सेवेकरी अतीरिक्त झाले

पडसाद येई आता भयकाल रणांगणाचे
सैन्य जे पखाली सारेच अपंक्त झाले

✤✤✤

कवयित्री परिचय

स्मिता भोस्कर चिद्रवार म्हणजे नावाप्रमाणेच एक हसतमुख, सकारात्मक व्यक्तिमत्त्व. तशी कॉमर्स क्षेत्रातली पण नेहेमीच नवीन पिढी घडवण्याचं काम करण्याचा ध्यास घेत मुलांना हसत खेळत कठीण विषय शिकवण्यात हातखंडा असलेली.

स्मिताने अनेक वर्ष मुलांना शिकवण्याचे आणि त्याच बरोबर त्यांच्या समस्या सोडवत त्यांना कौन्सिल करत त्यांच्या जीवनाला नवी दिशा दिली. परदेशात असूनही आपल्या मातीशी स्मिताने नेहेमीच मनातून नाते जपून ठेवले आहे . आपली भारतीय संस्कृती,संस्कार साता समुद्रापार नेऊन त्यांची जपणूक अगदी आनंदाने पुढच्या पिढीत रुजविण्यात ती नेहेमीच प्रयत्नशील असते.

स्मिताची सहज, सुंदर पण अगदी हवीहवीशी वाटणारी लेखन शैली यामुळे वाचक अगदी मंत्रमुग्ध होऊन जातात .

आपलं आयुष्य आनंदाने आणि सकारात्मकतेने कसे जगावे याची प्रेरणा देणारी स्मिता म्हणजे एक प्रभावशाली व्यक्तिमत्त्व आहे. गुणाची खाण असलेली पण तरीही नेहेमी जमिनीवर पाय असणारी स्मिता आपल्या गोड स्वभावाने अगदी सगळयांना आपल्या प्रेमात पाडते.

✤✤✤

बहरली प्रीत नव्याने...

स्मिता भोस्कर चिद्रावार

सुख दुःख हे आपले एकच आता जाहले...
माझे माझे असे काहीच ना उरले...
जन्म नव्या जीवाचा पण आपणही नव्याने तेव्हा जन्मलो...
बावऱ्या या आपल्या प्रीतीला पुन्हा एकदा नव्याने जगलो...
बहरत मग गेली प्रीत ही अजुनी...
नवीन स्वप्नं बघण्यात झालो पुन्हा एकदा दंग....
वेलीवरच्या फुलांनी झाले आपले आयुष्य सुगंधी...
चिवचिवनारी पाखरे बघून होत राहिलो आनंदी...
घरटे होऊ लागले हळूहळू अजुनी सुंदर आणि सुबक...
केसांमधल्या चंदेरी छटा दिसू लागल्या एकमेकांना...
प्रेम आपले परिपक्व झाले ही देऊन सुंदर भावना...
पिल्ले लागली आता उडू,
आकाशात मोठी भरारी लागली घेऊ...
घरटी आता शांत झाली...
चिव चिव ती थांबली...
आता सुरू झाली खरी खंत...
तुझ्या माझ्या संसाराचा जणू होऊ लागला अंत...
झाडांवरची सुंदर फुले आणि किलबिलाटाने पक्षांच्या...
पुन्हा एकदा पडलो आपण प्रेमात एकमेकांच्या...
जुने सगळे दिवस ते रंगीत...

आता पुन्हा अनुभवायचे...
एकमेकांच्या साथीने जीवन सुंदर जगायचे...
बावरी ही प्रीत आपली ...
हृदयाच्या कप्प्यात होती जपलेली...
आज तिच्याच साथीने...
सारे पुढचे आयुष्य बहरेल आनंदाने...!

कवी परिचय

उद्धव भयवाळ हे निवृत्त बँक अधिकारी आहेत {2006 मध्ये स्टेट बँक ऑफ हैदराबादमधून स्वेच्छानिवृत्ती स्वीकारली. ते ज्येष्ठ लेखक आणि समीक्षक आहेत मागील पन्नास वर्षांपेक्षा जास्त काळापासून म्हणजेच महाविद्यालयीन जीवनापासून ते कथा, कविता आणि इतर साहित्य प्रकारांद्वारे साहित्य सेवेत आहेत. त्यांची मराठी साहित्यात सहा पुस्तके प्रकाशित झाली असून त्यात दोन कवितासंग्रह, एक विनोदी कथासंग्रह, दोन बालकविता संग्रह आणि एका बालकथासंग्रहाचा समावेश आहे. तसेच हिंदी भाषेमध्येसुद्धा त्यांचा एक बालकथा संग्रह प्रकाशित झालेला आहे. याव्यतिरिक्त, दोन डझनहून अधिक प्रातिनिधिक संग्रहांमध्ये त्यांच्या कथा आणि कवितांचा समावेश आहे.

त्यांना राष्ट्रीय स्तरावरील आणि राज्य पातळीवरील अनेक पुरस्कार प्राप्त झालेले आहेत.

वास्तव

उद्धव भयवाळ

सूर्यालाही ग्रहण लागते
रामालाही हो वनवास
तुमचे आमचे जगणे हे तर
अर्धे सत्य, अर्धा भास

"यंव करू अन् त्यंव करू"
पोकळ डौल, खोटी आस
चेहरा ठेवू जरी हसरा
आतुन असते चित्त उदास

"नको काळजी, घोर, चिंता"
म्हणणे सारे सोपे असते
वेळप्रसंगी, अन्न राहू द्या
पाणीसुद्धा घश्यात बसते

स्वप्नकळ्यांची फुले होऊनी
सुगंध देतील- खात्री काय?
गालिच्यावर चालतांनाही
कधी फाटक्यात जातो पाय

❖❖❖

कवी परिचय

विठ्ठल जाधव (जन्म:१९७४) हे शिक्षक असून तीन दशकांपासून लेखन करत आहे. मराठी भाषेत ग्रामीण, ललित, कथा, काव्य, लेखांच्या माध्यमातून लेखन केले आहे. 'तिवढा' (ग्रामीण कथासंग्रह), 'पांढरा कावळा' (कादंबरी), 'गर्भकळा' (कवितासंग्रह), 'बटाटीची धार' (कथासंग्रह) 'उंदरीन सुंदरीन' (बालकविता संग्रह), 'मानवता व्हाऊचर' (लेखसंग्रह), अटर का पटर (आगामी) आदी ग्रंथसंपदा प्रकाशित आहे. 'पांढरा कावळा' या कादंबरीने त्यांची ओळख निर्माण केली. ग्रामीण भागात शैक्षणिक, साहित्य, वाचन चळवळीत महत्वाचे योगदान दिले असून महाराष्ट्र शासनाच्या राज्य वाङ्मयनिर्मिती पुरस्काराने सन्मानित केले आहे. कथाकथन, काव्यवाचन, चित्रकला आवडीचे विषय आहेत. आकाशवाणीने अनेक कार्यक्रमाचे प्रसारण केले. विठ्ठल जाधव हे अखिल भारतीय मराठी साहित्य संमेलनात आणि मराठवाडा साहित्य संमेलनासह अनेक संमेलनात निमंत्रित आहेत. वाचनालयांची स्थापना आणि मुलांसाठी साहित्य संमेलन भरवितात. बालसाहित्यात पी.एचडी करताहेत.

अजाणतेपणी

विठ्ठल जाधव

घराजवळच्या पेरूच्या बागात
नकळत तू हट्ट करायचीस
'मला तो गाभूळा पेरू हवाय'
सरसर झाडावर चढण्यात
माहीर असलेला मी मग
कसलाच विचार न करता
तुझा आवडता पेरू आणायचो..
तर तू पुन्हा पोपटाने अर्धा
खाल्लेल्या पेरूचा हट्ट धरायचीस
माझ्या अजाणत्या वयात
तू इतकी जाणती कशी होतीस?

जावयाला नोकरी लागलं
याच आशेवर बापानं
द्यायला लावला ना
भरलेल्या पाण्याचा तांब्या
हातात त्यांच्या खरं सांग...

काल तुझ्या दारावरून जाताना
तुझा मुलगा मला हट्ट करत होता
घरी चला काका, चहा घेऊ...
तुही म्हणालीस ' पोराला आजोळाचं
कुणी दिसलं की आणतो चहाला..'
गरम चहा चर्र करत गेला
काळीज चिरत..

तुझ्या विरहात लिहीलेल्या कवितेस
पहिलं बक्षिस मिळालेलं
अजुनही जपून आहे माझ्याजवळ..
तू तर अजुनही पहिल्या सारखेच
जनावर सोडतेस चरायला माळरानावर..

कवयित्री परिचय

प्रणिता ही ग्रॅजुएट असून तिला निसर्गावर लिहायला आवडते. लिहिणे आणि वाचणे हे तिचे आवडते छंद आहेत. तिने Taekwondo मध्ये ब्लॅक बेल्ट मिळवला असून प्राण्यांची गाणी हे लहान मुलांसाठीचे पुस्तक ही लिहिले आहे. तिला सतत नवीन गोष्टी शिकायला आवडतात. तसेच स्टोरीमिरर ह्या व्यासपिठामुळेच मुके शब्द बोलके झाले आणि कवितेचे बोल गाऊ लागले असे तिला वाटते.

कधीकधी

प्रणिता महिषी

कधीकधी वाटते

पक्षांसारखे उडावे

झाडांवर बसावे

ढगांवर झोपावे

चांदण्यांना मोजावे

लाटांशी बोलावे

वाऱ्यासंगे फिरावे

सूर्यासारखे चमकावे

नदीसारखे वाहावे

मातीशी एकरूप होऊन

वाट बनून राहावे

❖ ❖ ❖

कवयित्री परिचय

वैष्णवी एका MNC कंपनीमध्ये Analyst म्हणून रुजू आहे. त्यासोबतच तिला लिहिण्याची सुध्दा आवड आहे. ती वेगवेगळया विषयांवर कविता, लेख लिहीत असते. तिचे स्वतःचे एक youtube channel आहे, ज्यावर ती तिच्या आवाजात नवनवीन कविता टाकत असते. तसेच ती स्टोरीमिरर वरील स्पर्धांमधून वेगवेगळया विषयांवर कविता सादर करत असते. ती तिच्या शब्दांद्वारे आपल्या प्रत्येकाच्या मनात चालणाऱ्या काही अव्यक्त भावना नेहमीच व्यक्त करत असते..

✤✤✤

स्त्री अस्तित्व..

वैष्णवी चव्हाण

सगळ्यांसाठी तिळ-तिळ तुटावं तिने,
मन मारून जगावं तिने,
परंतु, योग्य की अयोग्य
ह्या साच्यात मात्र
तिनेच दरवेळी उभं राहावं..

कदाचित ह्यालाच स्त्री अस्तित्व म्हणावं...

चुकून कधी स्वतःसाठी लढावं
तर तिला लगेच माघार घ्यायला लावावं..
डोळ्यात अश्रू अनावर होऊनही तिने,
चेहऱ्यावर कायमच स्मितहास्य आणावं..
कदाचित ह्यालाच स्त्री अस्तित्व म्हणावं...

कधी जन्माआधी तर कधी जन्मानंतर
आयुष्य नावाच्या समुद्रात,
स्वतःच मीपण सोडून विलीन होतांना,
तिला सतत नाकारल्या जावं..
कदाचित, ह्यालाच स्त्री अस्तित्व म्हणावं...

❖❖❖

कवी परिचय

विशाल येस बँकेच्या मानवसंसाधन विभागात कर्मचारी जोखीम आणि नियंत्रण प्रमुख म्हणून कार्यरत आहे. त्याला क्रिकेटची आवड आहे आणि मनापासून धार्मिक आहे. तो सामाजिकदृष्ट्या सक्रिय आहे आणि परिसरातील आणि आजूबाजूच्या अनेक सामाजिक समस्यांचेनिराकरण करण्यात त्याचा खुप मोठा प्रभाव आहे. राजकिय विचार, उत्कट देशभक्ती, निस्वार्थ प्रेम व सामाजिक जाण हा त्याच्यालेखनाचा गाभा आहे.

तुला कसे न जाणवले

विशाल पुणतांबेकर

जेव्हा तुला पाहिले
ते जुने दिवस आठवले
लपून छपुन मी पाहतांना
तुला कसे न जाणवले

तू समक्ष येता मन कासाविस जाहले
कशी व्यक्त करू मनीचि भावना
शब्द आतल्या आत घुटमळले
माझिया मनीचे भावतरंग
तुला कसे न जाणवले

मग मी पत्र लिहिण्याचे ठरवले
ह्रदयीचे भाव कागदावर उतरविले
मग ते पत्र देण्याचे प्रयत्न केले
पण ते देण्यास मन न धजले
माझ्या देहबोलितले बदल
तुला कसे न जाणवले

असेच झुरत दिवस सरले
तुझ्या लग्नाचे आमंत्रण आले
मग मात्र भावनेचे बांध फुटले
मैत्रीचे नाते स्वाभाविकपणे बदलले
तरीही ते माझे कोरडे बोल
तुला कसे न जाणवले

✤✤✤

कवयित्री परिचय

Literary lieutenant हा बॅच तिच्या पहिल्या कवितेला स्टोरीमिरर कडून मिळाला आणि श्रद्धाला तिचा मार्ग सापडला. पेशाने वित्तीय सल्लागार असलेली पण मनाने कलाकार असलेली ती. तिला आपली कला आपण कुठे दाखवू शकतो हे कळले. ह्या आधीही तिला फेसबुक, इंस्टाग्राम वर certificate मिळाली होती. पण स्टोरीमिरर मध्ये तिला नाव अन् प्रसिद्धी मिळाली. तिची एक कविता स्टोरीमिरर आपल्या पुस्तकात सामावून घेत आहे.

जगा मनमोकळे

श्रद्धा

चालताना भर उन्हात,
दिसले मला आयुष्य .
झाडाखाली सावलीत,
मानेखाली हात ठेवून,
पहुडलेले आरामात.
बरे आहे बाबा तुझे
मस्त चाललय आराम.

म्हंटल्यावर डोळे मिटूनच,
विचारले त्याने,
"तुला काय खटकते आहे ?"
"कशाला एवढा चिडतो आहेस?"
मनासारखे जगता येत नाही की,
दुसरे आपल्यासारखे पिचत नाही."

का नाही विचार करत चांगला,
का नाही आवर घालत तू मनाला,
अरे चालता चालता,
गुण गुणावी एखादी ओळ,
नाहीतर नुसतेच हसावे,
बाजूने जाणाऱ्या कडे बघून

वाळलेल्या पानावर चालून
त्याचा सुकलेला आवाज ऐकावा.
उन्हातल्या सावलीला,
अलगद जवळ करावे.
संकटांशी करावी मस्त हातमिळवणी,
सुखाला म्हणावे ये येशील तेव्हा
मला काही नाही घाई.

ना दुःख मी मानून घेत कसलेही,
चंद्राला ही चुकले नाही भरती आणि ओहोटी,
मग मी तर साधा एक मर्त्य मानव.
बघ कळले तर घे समजून माझ्या बोलण्यातला अर्थ
नको घालवुस सुख दुःखासरख्या
क्षुद्र गोष्टीत आयुष्य व्यर्थ

कवयित्री परिचय

श्रावणी बाळासाहेब सुळ कृषि महाविद्यालय धुळे येथे प्रथम वर्षामध्ये शिक्षण घेत आहे. अभ्यासासोबतच तिला खेळ, कला, साहित्य, इत्यादी क्षेत्रांमध्ये रस आहे. तिने martial arts मधील काही खेळांचे प्रशिक्षण घेतले आहे. कविता कथांमध्ये हरवून जाण्यात तिला फार आवडते. ती हिंदी, इंग्रजी आणि मराठी या तिन्ही भाषांमध्ये लेखन करते. श्रावणी स्टोरीमिरर वरील सक्रिय लेखिका असून विविध स्पर्धांची विजेती देखील आहे.

रे पावसा ...!

श्रावणी बाळासाहेब सुळ

रे पावसा असो मनाची
वा मातीची पाषाणाची
कोरड्याठाक धरतीस या
आस तुझिया आगमनाची

टिपटिप तुझ्या संगितासवे
बेभान मजला आज नाचू दे
घन आले रे भावनांचे दाटून
आज हृदयी तळे साचू दे

थेंब थेंब मोतियांची माळा
लेऊन मजला सजू दे
जन्मभर थकल्या डोळ्यांस आज
एक घडी सुखाने निजू दे

पापण्यांच्या पुडीत लपलेली
आसवे सारी निचरू दे
थेंबांच्या पायऱ्यांवरूनी
इंद्रधनू भुईवर उतरू दे

सप्तरंगी सावलीत त्याच्या
सात जन्म माझे रंगू दे
आस आसवांची तुझ्यात विरण्याची
दुखवून मजला न भंगू दे

कवी परिचय

श्री. योगेश रामनाथ खालकर हे न्यू इंग्लिश स्कूल, नांदगाव (जि. नाशिक) येथे संस्कृत विषयाचे शिक्षक आहेत. त्यांनी सावित्रीबाई फुले पुणे विद्यापीठातून एम.ए.व एम. एड् या दोन्हीही पदव्या विशेष प्राविण्यासह प्राप्त केलेल्या आहेत. तसेच श्री. खालकर यांचे महाराष्ट्र टाइम्स व इतर दैनिक वर्तमानपत्रांमध्ये विविध विषयांवरील लेख प्रसिद्ध झाले आहेत. त्यांना वाचन व लेखनाची आवड आहे. त्यांच्या अनेक कविता प्रसिद्ध झालेल्या आहेत. त्यांनी विविध विषयांवर कथाही लिहिल्या आहेत. त्यांना कथाकथन व कविता वाचन करण्याची खूप आवड आहे. स्टोरीमिरर या ऑनलाइन पोर्टलवर अनेक कथा कविता स्पर्धात त्यांचा सहभाग असतो.

✤✤✤

आम्हांला सोडून...

योगेश खालकर

आम्हांला सोडून तू गेलास
मागे आठवणींच गाठोड ठेवुन
तुझ्या हट्टापायी तु ओढावलस
अन मागे सगळयांना रडवलसं ॥ १॥

प्रत्येक फोटोत तू दिसतोस
मात्र गप्प गप्प राहतोस
आठवणींच्या हिंदोळयावर डुलत असताना
अश्रुच्या पावसात आम्हांला भिजवतोस ॥ २॥

तुझ्या अशा अवचित जाण्याने
जगाचं खरच काय गेलं
तुझ्या घरातल्या माणसाच जीवन
मात्र दुष्काळी रान झालं ॥ ३॥

तुझ्या आठवणीने मन माझं
शोकसागरात सुन्न झालं
मनात दडवलेल्या शब्दांना जणु
मी आज मोकळ केलं ॥ ४॥

✤✤✤

कवी परिचय

अच्युत उमर्जी हे वाणिज्य शाखेत पदवीधर आहेत, त्यांचे शालेय व महाविद्यालयीन शिक्षण मुंबईत झाले आहे. ते १७ वर्ष बँकेत कामाला होते. ते सध्या पुण्यात कुटुंबा सोबत राहतात. त्यांनी पुण्यात अनेक होम फायनान्स कंपनीत १७ वर्ष काम केलीत. उमर्जी ह्यांनी ३ वर्षांपूर्वी व्हीआरएस घेतली. त्यानंतर त्यांनी कविता लिहायला लागले. आता पर्यंत त्यांनी अनेक स्पर्धांमध्ये भाग घेतला असून त्यांच्या कविता के.बी. रायटर्स, गीता प्रकाशन, प्रणिती पब्लिकेशन्स या पुस्तकांत छापण्यात आले आहेत. स्वर्णिम दर्पण या वृत्तपत्रात जवळपास १५० कविता व शायरी छापले गेले आहेत.

उमर्जींनी स्वतःचं वो लम्हे नामक पुस्तक छापले आहे, गीता प्रकाशन मार्फत. त्यात ७० कवितेचा संग्रह आहे.

उमर्जी स्टोरीमिरर बरोबर सुध्दा सक्रिय भाग घेतात व मराठी, हिंदी व इंग्रजी भाषांमध्ये कविता पाठवतात.

पावसाळा

अच्युत उमर्जी

पावसाचे दिवस आहेत...
अन् आठवण तुझी येत आहे...||१||

पावसाच्या प्रत्येक थेंबातून...
आवाज तुझा ऐकू येतो...||२||

ढगांची जेंव्हा गर्जना होते...
हृदयाचे ठोके वाढतात...||३||

प्रत्येक हृदयाच्या ठोक्यातून...
तुझा आवाज ऐकू येतो...||४||

जेंव्हा सोसाट्याच्या वारा येतो...
जीव माझा सैरभैर होतो...||५||

पावसाचे दिवस आहेत...
अन् आठवण तुझी येत आहे...||६||

कवयित्री परिचय

रेश्मा बनसोडे या व्यवसायाने फॅमिली फिजिशियन आहेत. त्यांना लेखनाची विशेषतः काव्यरचनेची खूप आवड आहे. मराठी आणि हिंदी या दोन्ही भाषेमध्ये कविता लिहितात. वेगवेगळया व्यक्तिरेखा, त्यांच्या भावभावना शब्दांमध्ये गुंफून रचना करणे ही त्यांची विशेष कला. सामाजिक कार्यांमध्ये देखील या अतिशय कार्यरत असतात. घरेलू हिंसाचार पीडित महिलांसाठी विशेष कार्य करतात सकारात्मक विचारणारा प्रोत्साहन देण्यासाठीचे व्याख्यान करणे, डायबिटीस विषयी जनजागृती करणे, स्त्री पुरुष भेदाभेद, स्त्री भ्रूण हत्या या विषयांवर जनजागृती करणे अशा प्रकारच्या कार्यक्रमांमध्ये नेहमी पुढे असतात. मधुमेह जागरूकता या विषयावरील त्यांच्या लेखाला यावर्षीचे राज्यस्तरीय उत्कृष्ट लेखाचे पारितोषिक मिळालेले आहे.

❖❖❖

पाऊस

डॉ रेश्मा बनसोडे

आणि मग आज आलास तू..
नेहमी प्रमाणे गजर करत,
गोंधळ घालत आलास..
काय तुझा असा स्वभाव ?

खरचं स्वभावाला औषध नाही !
किती वाट पाहायला लावलीस ?
तुझ्या आठवणी सतत छळत होत्या..
विरहाचे चटके सहन करत कसे दिवस घालवले माझे मला माहित..

पण तुला त्याचे काय ?
अरे तक्रार करायला तरी उसंत दे,
चिंब भिजवलेस की मला
नेहमी प्रमाणेच...
असा कसा रे तू...

अचानक येतोस, हक्क गजवतोस...
अन् मला पुनः वेड लावून निघुन जातोस...
या वेळी निदान मला
आपल्या भेटीचा मनमुराद आनंद घेऊ दे,
शरीराचा मनाचा सगळा दाह
शांत होऊ दे...

आणि मग जा पुन्हा निघून
नेहमप्रमाणेच,
तुझ्या आठवणींचा ओलावा
माझ्या रोमारोमात समावून...
मला परत एकदा तुझ्या प्रेमात वेडे करून..

कवयित्री परिचय

वैशाली यांना वाचनाची प्रचंड आवड असून वाचता वाचता लिखाणालाही सुरुवात केली आहे. मुंबई महानगरपालिकेत नोकरीला असून शिक्षण बीकॉम, एम ए (मराठी) झाले आहे. त्यांना पुढील वाटचाली करिता शुभेच्छा.

चतुर कावळा

वैशाली वंजारी

काळ्या काऊला लागली एकदा तहान खूप..

सगळीकडे रखरखीत ऊन नि धूप।

तहानलेला जीव त्याची पाण्यासाठी धाव..

करी काव काव काव..

करी काव काव काव..

इकडे तिकडे शोधून शोधूनि दमला..

कुठे मिळेल का हो पाणी कुणी सांगेल का मजला?

कुठेच नाही वाव!

करी काव काव काव..

करी काव काव काव..

लांबून दिसला त्याला पाण्याचा एक घडा..

पाहुनी जीव क्षमला त्याचा तो वेडा।

आता काय करायचं हो राव!

करी काव काव काव..

करी काव काव काव..

आनंदाने उड्या मारत तिकडे जाई

आत डोकावून सारखं सारखं पाही

पार तळाशी गेलं रे सारे पाणी..

तहानेने झाले आता जिवाचं पाणीपाणी।

आता कुठंच नाही ठाव!

करी काव काव काव..

करी काव काव काव..

आता चालवी जरा डोकं,व्याकुळलेला काऊ..

इकडे तिकडे मिळते का काही शोधूनि पाहु..

एक एक करून चोचीतून टाकीत होता खडा।

दगडी साचून भरुन गेला रिता पाण्याचा घडा।

हळूहळू आले पाणी वरती

चोचीला लागले पाणी आली आनंदाला भरती।

सापडले स्वर्ग नि सुखाचे गाव

करी काव काव काव..

करी काव काव काव..

पाणी पिण्यासाठी काळू काऊ झाला आतुर..

चालवून डोकं, इतिहासात झाला तो चतुर

कवयित्री परिचय

नालंदा सतीश ही भारतीय जीवन बीमा निगम मध्ये प्रशासकीय अधिकारी असली तरी ती मनाने एक उत्कृष्ट, प्रभावी, सुप्रसिद्ध लेखिका, कवयित्री आहे, ती जीवन बीमा निगम मध्ये वेलफेअर असलोसिएशन ची अध्यक्षा आहे. तिला कविता, कथा, लेख, निबंध, ललित लेखन, समाज प्रबोधनपर साहित्याची रचना करण्याचा छंद आहे. ती गणितात उच्चतम पदवीधर, तसेच बिझनेस अडमिनिस्टेशन मध्ये मास्टर आहे. नालंदा भारतीय जीवन बीमा निगम मध्ये फेलोशिप असून लंडन येथील इन्स्टिट्यूट ऑफ actuaries मधून बीमाकंक चे उच्च शिक्षण घेतले आहात

तिची तीन पुस्तके बा! भीमा सांग ना कोण होतास तू ! शिंपल्यातले चांदणे, अमेझॉन वर कच्ची धुल कवितासंग्रह प्रकाशित झाला असून आगामी पुस्तक चक्रव्यूह येत आहे.

ती स्टोरीमिरर वर Author of the year 2021 साठी नामांकीत झाली आहे.

✤✤✤

प्रजासत्ताक

नालंदा सतीश

प्रजासत्ताक दिवस आला
देशभक्तीचे वारे वाहु लागले
दोन दिवस उदोउदो
तारे दिवसा दिसु लागले ॥

प्रजासत्ताक सव्विस जानेवारीला
सविंधान आले अस्तित्वात
मिळाला अधिकार लोकशाहीचा
आपले सरकार निवडून देण्याचा ॥

मतदान करण्याचा हक्क
प्रजासत्ताकाने निर्धारित केला
पारतंत्रातुन स्वातंत्राच्या उद्रेक झाला ॥

लोकशाही प्रजसत्ताकाने दिली
हुकुमशाही नष्ट केली
स्वातंत्राचि पहाट झाली
मानवी मुल्यांची स्थापना झाली ॥

बंदिस्त पहाट लुप्त झाली
भारतमातेची बेड़ी सुटली
सविंधानाने हिंदूस्थानाला मुक्त केले
भारत देशाला उदयित केले ॥

प्रजासत्ताक सोनेरी किरणे घेवुनि आली
खऱ्या स्वातंत्राचि नजरेला नजर भिडली
आता मात्र वेगळेच दृश्य नजरेस पड़ते
प्रजसत्ताकाचे प्रेम दोनच दिवस उमळते ॥

जातिभेदाच्या दंगली
विषमतेचे कीड़े पसरवितात
झेंडाच्या दंगली
विविध रंगात रंगतात ॥

प्रजसताकाने भारताला तिरंगा दिला
तिरंग्याच्या अर्थ देशाला माझ्या
कळलाच नाही
धर्मभेद, जातिभेद विसरलेला माणुस
देशात मला कधी दिसलाच नाहीं ॥

लाल रक्त सांडते रस्त्यावर
माणुस माणुसकीला विसरला
गावगुंडांच्या जोरावर
सेवक लोकशाहीचा माजला ॥

आयाबहिनींवर अत्याचार बलात्कार
रोजचेच रडने झाले
गोरगरीबांचे जगने मुश्किल झाले ॥

शिक्षणाचा झाला बट्ट्याबोळ
आरक्षण संपुष्टात आले
बेरोजगारी ने जनता त्रस्त झाली
बळी राजाला गळ फांस लागले ॥

प्रजासत्ताकाणेच आहे मानसन्मान
प्रजासत्ताक देशाचा अभिमान
राहिले प्रजासत्ताक जीवंत तरच
मानवांचे होणार कल्याण ॥

कवयित्री परिचय

स्वप्ना साधनकर व्यवसायाने एक आर्किटेक्ट आहे. 'लो कॉस्ट बंग्लोज' ही तिची खासियत आहे. तिच्या फर्मस् आर्किटेक्चरल, स्ट्रक्चरल, इंटेरियर कन्सल्टन्सी व कन्स्ट्रक्शन सर्व्हिसेस देतात. लेखनाचा वारसा तिला तिच्या आई कडून मिळाला आहे. ती लहानपणापासूनच लिहिते असं तिची आई सांगते. मुळात तिला व्यक्त व्हायला आणि भावनांना शब्दांत उतरवायला आवडते. त्यातून तिच्या मराठी, हिंदी, इंग्लिश भाषांमधील कवितांचा जन्म होतो. स्टोरीमिरर च्या स्पर्धांमध्ये ती सक्रियपणे सहभागी होत असते. तिला ऑथर ऑफ द विक, ऑथर ऑफ द मंथ व ऑथर ऑफ द ईयर २०२१ ची नामांकने प्राप्त झालेली आहेत. तसेच स्टोरीमिरर च्या व्यासपीठावर आयोजित 'ऋतुराज वसंत' या स्पर्धेत तिची लघुकथा विजयी ठरलेली आहे. तिच्या कविता यू ट्यूब च्या लाईव्ह कार्यक्रमांमध्ये प्रस्तुत होत असतात. तसेच वर्तमात पत्रात, दिवाळी अंकातही प्रकाशित झालेल्या आहेत. ती एक अभिजात कलाकार आहे. ड्रॉइंग, रांगोळी, विणकाम, शिवणकाम, गायन व डान्स मध्ये तिला विशेष रुची आहे. तिने 'कथक' या भारतीय शास्त्रीय नृत्य कलेत प्रावीण्य मिळवले आहे. लॉकडाऊन काळापासून तिने लिखाणाची आवड जोपासायला खऱ्या अर्थाने सुरवात केली आहे.

✤✤✤

विदग्धता

स्वप्ना साधनकर

भरून ओंजळीत कोवळी रातराणी
नव प्रवासाला सुरुवात केलेली
सारंच कसं सुवासाने गहिवरून
अगदी दिवा स्वप्नही दरवळलेली

घेवून वात्सल्याची शिदोरी पाठीशी
ओंजळ मुक्त हस्ताने उधळली
नव्याचे नऊ दिवस संपून
सह प्रवासाच्या प्रवाहात वाहवली

उथळ संथ गतीला, पाहता मागे वळून
ओंजळीस थोडी हळहळ जाणवली
सोबतच्या लेखणीने चढ उतरणीतून
कोऱ्या पाटीवर समांतर रेषा आखलेली

एकाच दिशेला निघालेल्या धाटणीतून
बदामाची आकृतीच सपशेल हरवलेली
स्वप्नातून बाहेर येताच हमसून हमसून
ओंजळीत मृगजळी सुगंध शोधत बसली

खेचताना रामरगाडा ऊन पावसातून
विखुरलेली उपेक्षित रातराणी कोमेजली
न्याहळता रीती ओंजळ, हस्तरेषा पाहून
उर्वरित प्रवासास परिपक्व तगरी माळली

✤ ✤ ✤

कवी परिचय

उमेश बालाजी राजभोज हा पीपल्स कॉलेज नांदेड येथील विद्यार्थी असुन त्याला वाचनाची आणि कविता लिखाणाची खुप आवड आहे. सिफर इंटरनॅशनल पब्लिकेशन तसेच श्री हावगी स्वामी कॉलेज उदगीर जिल्हा लातूर मराठी विभागातर्फे त्याच्या कविता पुस्तकात प्रकाशित करण्यात आलेल्या आहेत. आपल्या कवितेच्या माध्यमातून समाजाला एक योग्य दिशा दाखवण्याचा प्रयत्न करत त्याला उत्तम कवी व्हायचे आहे.

तसं प्रेम तु माझ्यावर करशील का

उमेश राजभोज

मी लेखणीला तलवार करीन,
तु पुस्तकाची ढाल होशील का?
मी विचारांचं वादळ होईन,
तु क्रांतीची मशाल होशील का?

गुलामीच्या भिंती भेदू दोघे मिळून,
तु गुलामीशी शत्रुत्व करशील का?
व्यवस्थेविरुद्ध जेव्हा मी युद्ध करेन,
तुही व्यवस्थेशी दोन हात करशील का?

चळवळ जणू माझा जीव की प्राण,
तु ही चळवळीत मला साथ देशील का?
गुलामीत जगणे मला पसंत नाही,
तु स्वातंत्र्याची व्याख्या होशील का?

माझ्या प्रेमाची वाट आहे थोडी काटेरी,
काटेरी वाटेवर तु ही सोबत चालशिल का?
जेव्हा मी विद्रोहाचा ज्वालामुखी होईन,
तेव्हा तु विद्रोहाचा विस्फोट होशील का?

अन्याय-अत्याचाराला मी विरोध करीन,
तु ही अन्यायाविरोधात संघर्ष करशील का?
जसं केलचं नाही आजवर कुणीही,
सखे, तसं प्रेम तू माझ्यावर करशील का?

कवी परिचय

सुमित संजय अतकुलवार हे व्यवसायाने शिक्षक आहेत परंतु मनाने कवी आहे. ते यु-ट्यूबर आहे, त्याचप्रमाणे ते नियमित ब्लॉग लिहितात, त्यांना कविता करण्याचा छंद आहे. ते वास्तवावर आधारित काव्य लेखन करतात त्यांचे शिक्षण डी.एड, बी.एड त्याचप्रमाणे मराठी व इतिहास विषयांमध्ये एम.ए. झाले आहे व एल.एल.बी. चे शिक्षण सुरू आहे. आकाशवाणीच्या माध्यमातून त्यांनी बऱ्याच कार्यक्रमातून शैक्षणिक मार्गदर्शन केलेले आहे. तसेच विविध वृत्तपत्रातून त्यांचे विविध विषयावरील लेख सुद्धा प्रसिद्ध झालेले आहे. स्व. वसंतराव अतकुलवार बहुउद्देशीय संस्था, यवतमाळ या संस्थेचे ते सचिव म्हणून ते कार्यरत आहे. या संस्थेच्या माध्यमातून ते विविध सामाजिक कार्य करतात.

✤✤✤

नवी पहाट

सुमित संजय अतकुलवार

एकदा पुन्हा नव्याने जीवन चक्र सुरू झाले आहे
एक नवी आशा, नवे विचार आणि नवी पहाट झाली आहे....

कोरोनामुळे विस्कळीत झालेले जीवन
निसर्ग नियमानुसार पुन्हा अनुकूलन करत आहे...

विधात्याने लिहिलेल्या कोरोनारुपी संकटाशी दोन हात करत,
दैनंदिन जीवन जगण्यास लोक कंबर कसून तयार झाले आहे...

मध्यंतरी काही दिवस काळाने जणू जीवनचक्रच स्तब्ध केले,
असे दृश्य आपणास दाखविले आहे....

त्यातूनच मग सर्वत्र दिसत होती ती निराशा,
दुःख, भीती आणि मृत्यूचे भीषण तांडव

परंतु परिवर्तनाच्या निसर्ग नियमानुसार जणू
पुन्हा मानवी जीवनात नवी पहाट आली आहे...

कवी परिचय

अमोल मेतकर व्यवसायाने त्वचारोग तज्ञ आहेत व सध्या नाशिक येथे स्वतः चे क्लिनिक चालवतात. त्यांनी ग्रँट मेडिकल कॉलेज, मुंबई येथून एमबीबीएस व के ई एम हॉस्पिटल, मुंबई येथून पदव्युत्तर शिक्षण घेतले आहे. त्यांना मराठी, हिंदी आणि इंग्रजी व्यतिरिक्त जर्मन भाषेचे ही प्राथमिक ज्ञान आहे. लेखक हौशी फोटोग्राफर आहेत. वेगवेगळ्या ठिकाणी भटकंती करून ते आपली फोटोग्राफी ची हौस भागवतात. त्यांना जुन्या, नवीन चित्रपटातील गाणी ऐकण्याची आवड आहे. या व्यतिरिक्त त्यांना शेअर मार्केट च्या अभ्यासात ही विशेष रुची आहे. लेखक सदगुरु (श्री जग्गी वासुदेव) आणि ईशा फाउंडेशन चे follower आहेत. त्यांना योगाभ्यास ची देखील आवड आहे.

✤✤✤

तुझा मी

अमोल मेतकर

मी तुझ्यात रमत गेलो
नकळत तुझाच होत गेलो
माझं तुझं, तुझं माझं
कधी संपलं कळलंच नाही,
तुझं माझं आणि माझं तुझं,
कधी झालं कळलंच नाही।।

मी तुझ्यात आणि तू माझ्यात
कधी आलो कळलंच नाही,
हे सर्व नव्याने झाले,
की जुनेच नाते उमजत गेले,
नकळत हात हातात आपुले,
कधी आले कळलंच नाही।।

न भेटता भेटत गेलो,
दुरूनच एकमेकांना न्याहाळत गेलो,
नकळत जीव जडत गेला,
ओढ लागली कळलंच नाही,
माझ्या मनाचा तुझ्या मनाला
स्पर्श झाला कळलंच नाही।।

मी माझा, तुझा झालो
का कधी कसा, कळलंच नाही,
माझा मला मीच होतो,
माझ्यात मी संपत होतो,
तू भेटली, मी भेटलो,
कसे कुणाला कळलंच नाही।।।

कवी परिचय

बृहन्महाराष्ट्रातील एक आघाडीचे साहित्यिक म्हणजे इंदूर निवासी ज्येष्ठ मराठी साहित्यिक **श्री विश्वनाथ शिरढोणकर**. मराठी आणि हिंदी भाषेत २५ पेक्षा जास्त पुस्तकं प्रकाशित झालेल्या विश्वनाथ शिरढोणकर यांचे अनेक लेख, कथा, कविता, अनेक दिवाळी अंकांसकट अनेक मासिकांमध्ये नियमित प्रकाशित. मराठीच्या अनेक लेखकांचे केल्ले हिंदी भाषांतर प्रकाशित. अनेक नाटकांचे आकाशवाणी इंदूर, भोपाळ, आणि विविधभारतीच्या हवामहल या कार्यक्रमात अनेकदा प्रसारण. KUKU FM आणि AAWAJ.COM वर कादंबरी आणि कथा ऑडियो बुकमध्ये उपलब्ध. अनेक पुरस्कारांनी सन्मानित श्री विश्वनाथ शिरढोणकर यांच्या कथा आणि कविता मध्यप्रदेशातील विद्यापीठांच्या पाठयक्रमात सामील. अनेक कार्यक्रमांमध्ये आणि अखिल भारतीय मराठी साहित्य संमेलनात कथाकथन,काव्य सादर करण्या बरोबर पुणे विद्यापीठाच्या कार्यक्रमात व्याख्यान. कादंबरी - मी होतो मी नव्हतो - ही महाराष्ट्र शासनाच्या ग्रंथ मान्य यादीत सामील. स्टोरीमिरर व अन्य व्यासपीठावर १० लक्ष पेक्षा जास्त वाचकवर्ग मिळाला आहे.

✤✤✤

“नुसतच कविता लिहिणं!

श्री विश्वनाथ शिरढोणकर

शब्द वेडया भावनांना कल्पनेचा नाद असू दे
कळू दे जगाला तुझं नुसतच कविता लिहिणं

अलंकारांची फुलं उधळ, शृंगाराचे मोती सजू दे
कळू दे जगाला तुझं नुसतच कविता लिहिणं

दुःखाचे पाढे वाच अन वेदनांच्या कथा असू दे
कळू दे जगाला तुझं नुसतच कविता लिहिणं

कवितेला तुझी कीव यावी ती परी बनून येऊ दे
कळू दे जगाला तुझं नुसतच कविता लिहिणं!!

लेखणी तुझी मोलाची मेणाचीच तलवार असू दे
कळू दे जगाला तुझं नुसतच कविता लिहिणं

त्या चुरगळलेल्या कागदात तुझे अश्रूही दिसू दे
कळू दे जगाला तुझं नुसतंच कविता लिहिण

❖❖❖

कवी परिचय

संदिप शिवाजी जंगम त्यांचे मूळ गांव वारणानगर ता. पन्हाळा जि.कोल्हापूर असे असून त्यांनी वाणिज्य शाखेची पदवी प्राप्त केली असून पत्रकारिता मध्ये ही त्यांनी पदवी पर्यंतचे शिक्षण घेतले आहे. त्यांचा स्वतः चा वारणा सुपर बझार. हा व्यवसाय असून वारणा बझार वारणा नगर. या संस्थेत "जन संपर्क अधिकारी" म्हणून 15 वर्ष कार्यरत होते. याच काळात 15 वर्ष विविध दैनिकां मधून निर्भीड आणि निपक्ष अशा केलेल्या *पत्रकारिता* ची दखल घेऊन सन 2007 साली राज्य शासनाचा " सर्वोत्कृष्ठ पत्रकार " म्हणून त्यांना पुस्कार प्राप्त झाला आहे.

ग्राहक चळवळीच्या माध्यमातून वस्तू आणि सेवा विषयी विविध व्याखाने, जागो ग्राहक जागो चे विविध उपक्रम, चर्चासत्र, परिसंवाद, पथनाट्य यामध्ये लेखनात्मक तसेच विविध *वृत्तपत्रातून* लिखाण आणि *आकाशवाणी* वरून ग्राहक प्रबोधनात्मक कार्यक्रमांच्या प्रसारण मालिकेमध्ये महत्वपूर्ण सहभाग आहे.

तसेच व्हाट्सअप, फेसबुक, इन्स्ट्राग्राम, ब्लॉग च्या माध्यमातून ग्राहक प्रबोधन आणि समस्या निराकरणाचे त्यांचे कार्य अव्याहतपणे सुरु आहे.

याशिवाय वाचन,साहित्य लेखन, कथाकथन यामध्ये त्यांनी विशेष आवड जोपासली आहे.

✤✤✤

आठवण

संदिप शिवाजी जंगम

तूझ्या आठवणीत
दिस कधी सरला कळलं नाही
रात्रीचं स्वप्न पाहताना
पहाट केंव्हा झाली उमगलंच नाही..
सूर्य उगवला..
कि होते पहाट
तूझ्या आठवणींचा..
मग सुरु चिवचिवाट..
आठवण तूझी आल्यावर
डोळे मिटून मी घेतो
पापण्यांच्या आडोशाला
मनसोक्त तुला भेटून मी घेतो..
उठ सुठ कधीही येतात,
दाटून तूझ्या आठवणी
हसता हसता अचानक,
डोळ्यांत साचत पाणी..
आपसूक येत पाणी
आठवण तूझी आल्यावर
काहीतरी गेलं असावं डोळ्यात
असंच सांगतो कुणी विचारल्यावर..
आठवणीत तुझ्या
दिस कधी सरतो हेच कळत नाही...

❖ ❖ ❖

कवयित्री परिचय

नेहा व्यवसायाने एक शिक्षिका असून कविता करणे, कथा लिहिणे, लेख लिहिणे त्याचप्रमाणे त्याचे सादरीकरण करणे यात तिला जास्त रस आहे. नेहाच्या प्रत्येक कवितेत आणि कथेत तिचे भावनिक नाते जुळलेले असते. नेहाला वेगवेगळया पुस्तकाचे वाचन करण्याचा छंद आहे. नेहाला छत्रपती शिवाजी महाराज, संभाजी महाराज, माँ साहेब जिजाऊ, गड,किल्ले याचे वाचन करणे व याच्यावर कविता करणे विशेष आवडते.

✤✤✤

स्मशान

नेहा संखे

सुनसान रस्त्यावरून चालताना
सहज नजर स्मशानाकडे वळली,
सगळीच मयत लोकांची
चर्चा खूप रंगली होती

डोकावून पाहण्यापासून आवरले नाही
म्हणून पाहिले
तर ते,
स्वतःच्या चुकांचे पाडा वाचत होते
आपले कोण परके कोण ते त्यांनी ओळखले होते

पण थोडे आता उशीरच झाले होते
जीवनाचे अर्थ त्यांना कळले तर होते,
पण जगणे आता नशिबी नव्हते
आपले म्हणणाऱ्यांचे वागणे पाहत होते

आपले असूनही परकीच असतात लोक
हे शहाणपण त्यांना मेल्यानंतर मात्र आले होते
पण आता खऱ्या अर्थाने ते आनंदी होते
कारण मरणानंतर त्यांना जगणे समजले होते

✤✤✤

कवी परिचय

भरत मारुती चौगले हे पेशाने प्राथमिक शिक्षक आहेत. उच्च विद्या विभूषित असलेला हा अवलिया साहित्य,गायन,वादन, अभिनय,मराठी चित्रपट कथा, पटकथा,संवाद लेखन सोबत,क्रीडा व चित्रकला या कलांत आपली चमक वेळोवेळी दाखवत आला आहे. स्टोरीमिररवरील त्यांचे लिखाण वाचक वर्गाला भुरळ घालते. झुंज एक प्रवास हा 19 कथांचा दर्जेदार कथासंग्रह शिवारबा प्रकाशन यांच्याकरवी नुकताच प्रकाशित झाला आहे. त्यातील झुंज एक प्रवास या शीर्षक कथेवर आधारित याच शिर्षकाचा मराठी चित्रपट मायबाप रसिकांच्या भेटीला अगदी लवकरच येतोय. या मराठी चित्रपटाच्या कथेसोबत पटकथा व संवादही त्यांचेच आहेत. भरत चौगले यांनी संपादित केलेला *उमलती प्रतिभा* हा केंद्रशाळा दासववाडी शाळेतील 4 थी ते 7 वी तील एकूण 16 बालसाहित्यिकांच्या 24 दर्जेदार कवितांचा संग्रह येत्या 12/1/2023 इ. रोजी राजमाता जिजाऊ मांसाहेब यांच्या जयंतीउत्सवाचं औचित्य साधून प्रकाशित केला जाणार आहे. चिमुकल्यांचे ही लडिवाळ काव्यधारा वाचकांच्या मनावर अधिराज्य नक्की करेल ही आशा वाटते.

आजतागायत भरत चौगले यांना झी मराठी सर्वोत्कृष्ट कथाकार 2018 तसेच राज्यस्तरीय आदर्श शिक्षक व साहित्य गौरव अशा सात पुरस्कारांनी सन्मानित करून त्यांच्या कार्याचा आढावा समाजमनान घेतला आहे. स्टोरीमिरर हे साहित्यिक व्यासपीठ नवोदित साहित्यिकांना त्यांच्या विचारांची कक्षा वाढविण्यास व त्यांच्या विचारांचा जागर सर्वदूर पसरवण्यासाठी हितकारक आहे असं ह्याचं प्रांजळ मत आहे.

✤✤✤

बाप

भरत चौगले

बाप राबतो शेतात
घाम गाळतो मातीत
त्याच्या कष्टातून फुले
मळा पिकांचा डोलात //१//

बाप शेतात जाता
माती पायाला लागती
जगण्याची नवी उमेद
तया देऊन जाती //२//

बाप माझा कष्टकरी
कष्ट करून जगला
बळीराजा स्वतः म्हणवून
जगी मानाने मिरवला //३//

माय होती त्याच्या सोबती
जशी अंधारा आधार पणती
एकमेकांच्या आधारे
संसार गाडा पुढे नेती //४//

माझ्या बापाचे हे कष्ट
मज नित्य प्रेरणा देती
जीवनाची रे कसोटी
मज सांगून जाती //५//

बसता एकांत वेळी
मज आठवतो बाप
त्याच्या कष्टाचे जीने
मज शिकवते खूप //६//

कवयित्री परिचय

खालीदा शेख या एक लेखिका व कवयित्री असून त्यांचे शिक्षण. बी ए स्पेशल मुंबई विद्यापीठ मधून झाले आहे. बृहन्मुंबई महानगरपालिकेतून उपअधीक्षक या पदावरून निवृत्त झाल्या आहेत. त्यांना लेखन व कविता करायला आवडतात. आतापर्यंत त्यांची आगाझ, आठवण, आकर्षण, ही तीन पुस्तक प्रकाशित झाली आहेत. तसेच आगाझ आणि दरवळ या दोन शॉर्टफिल्म्स सुद्धा त्यांच्या कथेवर बनवण्यात आल्या आहेत.

धुकं

खालीदा शेख

निजता निजता झाली पहाट
अंधुक धुक्यात हरवली वाट
तू जाताना रिमझिम होता पाऊस
विज मात्र चमकून गेली अनाहूत

निरभ्र जरी आज झाले होते आकाश
आठवणींनी केले मज बेभान मदहोश
ज्या झाडापाशी पडली होती अपुली गाठ
तिथला पाचोळा ही करितो मुक संवाद

तू कधी येशील परतूनी मी अजून संभ्रमात
कोकिळा ही मज विचारते गीत गात गात
छेडल्यास तू तारा ह्रदयाच्या माझ्या अंतरंगात
उगाचच वाटे गळून पडला का हा पारिजात

तुझ्या मनाचा नाही लागू दिलास कधी तू ठाव
निघून गेलीस निःशब्द देऊन मज प्रितीचा घाव
आज ही असतो तिथेच मी त्या झाडापाशी
वाटे पडून अकस्मात विज बिलगावीस तू मजशी

तुझ्या येण्याने सरेल माझ्या आयुष्यातील धुके
कोकिळेचे स्वर ही होतील मग मुकेमुके
चैत्रा विना ही येईल मग झाडांना पालवी
देशील ना तू साथ होऊन माझी सावली

✤✤✤

कवी परिचय

भावनेश पोहाण हा मीडिया ब्रॉडकास्टींग कंपनीमध्ये कार्यरत आहे. शाळेत असताना फळ्यावरच्या अभ्यासापेक्षा जसं त्याला खिडकीबाहेरच्या जगाबद्दल कुतूहल वाटायचं, तसेच आतासुद्धा ऑफिस लॉग आऊट नंतर पुस्तकांच्या जगात सफर करायला त्याला खूप आवडत. मराठी नाटक, साहित्य, कविता याकडे त्याला विशेष ओढ आहे. त्याला लेखनाची आवड आहे. त्याच्या यूट्यूब चॅनेल च्या पहिल्या शॉर्ट फिल्म मध्ये, त्याने लेखन आणि अभिनय अशा दोन्ही गोष्टींची कमान सांभाळली होती. त्याला प्रवास आणि छायाचित्रणाची सुद्धा आवड आहे. कॅमेरा मध्ये टिपलेल्या प्रत्येक क्षणामागे एक गोष्ट दडलेली असते, आणि अशाच गोष्टी त्याला कागदावर उतरवणं नेहमीच आवडतं.

डायरी

भावनेश पोहाण

कपाट आवरताना मला माझी एक जुनी डायरी सापडली
धुळीने माखलेली आणि अर्ध्याहुन अधिक फाटलेली
पहिल्याच पानावर माझं संपूर्ण नाव होत कोरलेलं
शाई संपत आली होती म्हणून दोन-तीनदा गिरवलेलं

सर्वांत आधी मी डायरीचं शेवटचं पान उघडलं
खोडलेलं "ते" एक नाव अलगदच कुरवाळलं
डोळयांतून तेव्हा एक थेंब पानावर ओघळला
शाईचा निळा रंग त्यानं उगाचच उधळला

भूतकाळाची पावलं पानागणिक मागे पडत होती
प्रत्येक कवितेला माझ्या तिच्याच नावाची सही होती
त्यावेळी तिला दिलेलं वचन मी पूर्ण केलं होत
शब्दांना माझ्या तिच्या अक्षरांनी सजवलं होत

वेचताना मग मोती असे फुटक्या क्षणांचे
उघडल्या जखमांतून जणु कवडसे मनाचे
तितक्यात निथळलं डायरीतुन एक पान
आठवणींच्या राखेतुन पुन्हा उजळलं एक रान

फाटलेल्या त्या पानाला चिकटलं होत एक फुल
पारिजातकाच्या दरवळाने पाडावी जशी भुल
फुल जपुन मी जेव्हा ठेवलं पुन्हा माझ्या डायरीत
बहरली नव्याने "ती" मला सुचलेल्या शायरीत

कवयित्री परिचय

समिक्षा बाळासाहेब जामखेडकर यांचे शिक्षण I. T. I Electronics झालेले असून M.A राज्यशास्त्र या विषयात यांनी पदवी घेतलेली आहे. सध्या गृहिणीपद सांभाळतात. कविता लिहिण्याची त्यांना आवड असल्यामुळे वेगवेगळ्या विषयांवर त्यांना कविता लिहायला आवडतात. स्टोरीमिरर वरील प्रत्येक स्पर्धेत उत्साहाने त्या भाग घेत असतात. त्यांच्या कविता नेहमी हृदयस्पर्शी असतात, म्हणून वाचकांना खूप आवडतात. अनुभवांचे पुस्तक वाचल्याने खरे ज्ञान मिळते. कारण, अनुभवाच्या पुस्तकाचे लेखक आपण स्वतः असतो. अनुभवातून कागदावर लिहिलेल्या त्यांच्या कविता सर्वांना खूप आवडतात.

पावसा

समिक्षा बाळासाहेब जामखेडकर

तू येशील तेव्हा जरा
बेतानेच येत जा।
जास्त त्रास होणार नाही कोणाला
याची जरा काळजी घेत जा।

पाहवत नाही रे तुझं अस
रुद्ररूप धारण करून येणं।
लेकराबाळाच्या तोंडचा घास काढून
त्यांचं घर पुरात वाहून जाण।

कळतही नसत त्यांना काही
पावसाची गंमत सगळी वाटते।
आई वडील मात्र त्यांचे
डोळ्यात तेल घालून चिंताक्रांत असते।

पै पै साठवून गोळा केलेला संसार
क्षणात तू घेऊन जातो।
होत्याचे नव्हते करतो अन सगळं
जीवन त्यांच उध्वस्त करून जातो

म्हणून म्हणते पावसा
तू रोज जरा बेतानेच येत जा।
शेतकऱ्यांना खुश करून
सगळ्यांना सुखात ठेवत जा।

कवयित्री परिचय

शितल हि सध्या गृहिणी आहे .व्यवसायाने शिक्षिका आहे. तिला खास लहान मुलांना शिकवायला आवडते. २०१७ मध्ये मराठी साहित्य विषयात तिने एम.ए पूर्ण केले. मराठी हा तिचा खूप जिव्हाळ्याचा विषय आहे. मराठी भाषेविषयी तिला सार्थ अभिमान आहे आणि हाच अभिमान जपत तिला लेखनाची सवय जडली. स्टोरीमिरर या प्लॅटफॉर्म ने तिच्या लेखणीला स्फूर्ती दिली. म्हणून आज ती स्टोरीमिरर ची एक उत्तम सदस्य आहे. कविता, quotes या माध्यमातून ती लेखन करीत असते.२०२१ मधे author of the year मधे नामांकन मिळालेले आहे. शिवाय author of the week चे विविध प्रशस्तीपत्रक संपादन केले आहे. भविष्यात स्टोरीमिरर नव्या लेखकांना असाच पाठिंबा देईल हा विश्वास वाटतो.

माहेर

शितल काळे

येता सण दिवाळीचा, मनी आनंद भरला,
लाडका गं बंधुराया आज न्यायला आला

माझी वाट माहेराची, मला बहुत गं प्यारी,
जन्मापासूनच तीची माझी दोस्तीच न्यारी

मायमाउली ती आज जाते सुखावून,
आपल्या पिल्लाच्या भेटीने जीव तो उल्हसित

आज पाहता वास्तू, डोळे भरून येती,
भातुकलीच्या आठवणीत जीव गुंतून जाई

बालपणीची सखी तिथं सोबती हितगुज करायला,
अन् आईच्या जेवणाची चव पुन्हा मिळते चाखायला.

नाही नियम कुठले, नाही बंधने कसली,
माहेरच्या स्वातंत्र्यात सासुरवाशिण दंगली.

वाटे माहेर सुरेख, त्या परक्या धनाला,
अशा माहेराची सर कशी येईल सासरला?

❖❖❖

कवयित्री परिचय

सविता ही सेवानिवृत्त गृहिणी असून, तिने सेंट्रल रेल्वेमधे लिगल डिपार्टमेंटला तिचे योगदान दिले.तिने एल.एल एम.केलेले असून वकिली केल्यानंतर,संवेदनशील कवयित्री असल्याने काव्यछंद जोपासत आहे. खरंतर कॉलेजात तिला कवितेची आवड निर्माण झाली. सांसारिक जबाबदाऱ्या पार पाडून निवांत पुन्हा नव्याने काव्य छंदाला उजाळा देत आहे.तिने बऱ्याच राज्यस्तरीय काव्य स्पर्धांमधून सहभाग घेऊन अनेक प्रमाणपत्र मिळवले आहेत. गझलेबद्दलच्या अतीव प्रेमाने गझल लिखाण करत आहे.हायकू हया काव्यप्रकारात रस निर्माण झाल्यावर हायकूलेखन केले आहे, व "निसर्गसृष्टी" हायकूसंग्रहात तिच्या सात हायकूंना स्थान मिळाले आहे. तसेच दिवाळी अंकातून गझल व पाककृती प्रकाशित होत असतात. स्टोरीमिररच्या काव्यस्पर्धेत सहभाग घेत असते.

पहिलं प्रेम

सविता म्हात्रे

पहिलं वहिलं प्रेम कसं वेगळंच भासतं
मनाला भावणारं तसं आगळंच असतं
पहिल्या प्रेमाची गोडी काय बरे वर्णावी
आकंठ प्रेमात बूडत प्रत्येकाने अनुभवावी

सगळं प्रेमात भारी गोडगुलाबी वाटतं
गाली रंग चढताना सगळ्यांना दिसतं
विचारात फक्त एकच माणुस असतं
त्याच्याशिवाय मुळी दुसरं जगच नसतं

स्वप्नांमधली दुनिया वेड लावते मनाला
जागेपणीही स्वप्नच लागतात पडायला
पाहाल तिकडे मग तेच लागतं दिसायला
वेळच नाही लागत स्वत:मध्ये रमायला

येऊनजाऊन एकच विषय फार आवडतो
कुठुनही गेलं तरी त्याच्यावरच थबकतो
होतात जिथेतिथे त्याचेच गोड भास
जाणिवेत ह्रदयातही तोच असे खास

प्रेमवेडया मनाला नाही येत समजावता
पिसारा मनमोराचा फुले पिंगा घालता
नाही येत मनात दुसरा कुठला विचार
दिवसभर लोचनात तोच दिसे अलवार

कवी परिचय

सागर हा व्यवसायाने तहसील कार्यालय अकोले येथे लिपिक पदावर कार्यरत आहे पण मनाने लेखक व कवी आहे. त्याला लोकांसाठी कविता शायरी, शुभेच्छा पर पोस्टर बॅनर बनवायला आवडते, कलेने त्याला भुरळ घातली आहे. तो एक संवेदनशील ग्राफिक्स डिझाइनर व लेखक आहे. तो वेगवेगळ्या प्रकारच्या पुस्तकांवर प्रयोग करतो. स्टोरीमिररच्या पूर्वीच्या स्पर्धांसाठी "जाता जाता एक शब्द देऊन जा" आणि "स्त्री एक नारी". ही कविता स्पर्धा आणि साहित्यिक महोत्सवांमध्ये सक्रियपणे सहभागी होत आहे. तो एक सोज्वळ, मनाने प्रेमळ व सर्वांना जीव लावणारा व्यक्ती आहे. तो नेहमी समोरच्या व्यक्तीच्या भावना या त्याच्या कवितेतून मांडण्याचा प्रयत्न करत असतो. त्याच्या आई वडिलांचं स्वप्नं आहे की त्याने एक मोठा लेखक होऊन आपले विचारांनी सामाजिक बांधिलकी व परिवर्तन घडले गेले पाहिजे. ते आपल्या सर्वांच्या मदतीने व सपोर्टने सोबत स्टोरीमिरर टीम यांच्या माध्यमातून पूर्ण होईल अशी आशा करतो..

धन्यवाद...!

✤✤✤

जाता जाता एक साद देऊन जा

सागर बांगर

देवूनी मज सारे अश्रू तुझे
माझे सारे सुख घेऊन जा..
मनातल्या आठवणींना तू सख्या
जाता जाता एक साद देऊन जा..

नको होते रुसवे फुगवे मज
मी डोळ्यांतच आनंदी तुझ्या..
पापण्यांत साठलेल्या पाण्याला
जाता जाता थोडा वेळ बघून जा..

निरंकार प्रेम याच जागी झाले
पण तुझा इरादाच वेगळा होता..
दुखनाऱ्या माझ्या हृदयाला
जाता जाता कधी फुंकर मारून जा..

अजुनही मन वेडेच आहे
शब्द जूने तुझे ऐकण्यासाठी..
तिरस्कार नको मला तुझा फक्त
जाता जाता प्रेमाचे शब्द बोलून जा..

कवी परिचय

मंगेश हा हॉस्पिटल मध्ये ब्रदर म्हणून काम करतो. त्याला गरीब वृद्ध माणसांची सेवा करायला आवडते, आपल्या पद्धतीने जेवढी सेवा करता येईल तेवढी तो करतो. त्याला लहानपणापासून लिहिण्याचा अन् वाचण्याचा छंद आहे. तो वेगवेगळ्या विषयावर कविता, लेख, चारोळ्या, कथा लिहित असतो. तो आपल्या जीवनातील अनुभव चालू घडामोडींवर लिखाण करत असतो. तसेच राज्यस्तरीय काव्य लेखन स्पर्धामध्ये सहभागी होऊन प्रावीण्य मिळवत असतो. व वेगवेगळ्या विषयावर भाष्य करत असतो. मंगेश सामाजिक आणि शैक्षणिक तसेच गावाकडील जीवनमान सुधारण्यासाठी प्रयत्न करत आहे.

✤✤✤

विरह

मंगेश सावंत

विरहाच्या वाटेवरती
श्वास माझा कोंडला
तुझ्या येण्याच्या चाहूलीने
देह एकांतात मी जाळला .... ||1||

का सोडलीस साथ
झाली परकी ही वाट
कसे सावरू मी जखमांना
उरी उसळती आसवांची लाट ...||2||

कशा समजावू मी
माझ्या असंख्य यातना
नाही उरले माझे कोणी
समजण्यास माझ्या भावना ...||3||

तुझ्या आठवणींना आता
मी कितीतरी जपावं
तुटलेल्या स्वप्नांना थोडं
हसू देऊनी आयुष्य जगाव ...||4||

✤✤✤

कवयित्री परिचय

वनिता खंडारे ही एक सामान्य विद्यार्थिनी आहे. ती नाशिकमधील नामांकित के. टी. एच. एम. कॉलेजमधून तिचे वाणिज्य शाखेतून पदव्युत्तर शिक्षण पुर्ण करत आहे. तिला वयाच्या तेराव्या वर्षापासून कविता करण्याचा छंद जडला. तिला कविता, चारोळया, लेख ,चित्र काव्य लिहायला आवडते.वनिता दरवर्षी कॉलेजमध्ये होणाऱ्या वार्षिक वाणिज्य महोत्सवात ' काव्य वाचन ' स्पर्धेत भाग घेते. तसेच विविध ऑनलाईन काव्य स्पर्धेतही सहभाग नोंदवते. राजयुवा काव्यकुटुंब आयोजित उपक्रमात तिचा सहभाग होता. ब्लुपॅड आयोजित ऑनलाईन काव्य स्पर्धेत तीने दुसऱ्या क्रमांकाचे सिल्व्हर मेडल सुद्धा पटकवले. तसेच स्टोरीमिरर मंचावर होणाऱ्या प्रत्येक काव्य स्पर्धेत तिचा सहभागी असतो. साहित्य क्षेत्रात उंच भरारी घेणे हे तिचे स्वपन आहे.

❖❖❖

एकांत..

वनिता खंडारे

एकांतात हरवायला मला फार आवडते..
कारण, क्षणभंगूर जीवनातल,
एक छोटंसं जग मी इथे जगते,
अन हरवलेली मी,पुन्हा नव्याने मला गवसते..

एकांतात माझं अस्थिर मन
माझ्याशी संवाद साधू पाहत असते..
ह्या गोड संवादातलं सुख,
माणसांच्या गर्दीतल्या कल्लोळातहि नसते..

पण,एकांतात मनाला कधीच,
नवीन प्रश्न मांडू दयायची नसतात..
तर,न सुटलेल्या जुन्या,
कोडयांची उत्तर शोधायची असतात...

एकांतात खूप काही गोष्टी,
स्वतःची नव्याने ओळख करून देतात..
काही वेळा तर,मनातले बोल,
ओठांवर येऊन जातात..

कवयित्री परिचय

नव्या, पदवीधर असून सध्या खाजगी क्षेत्रात कार्यरत आहे. विद्यार्थीदशेपासून लिखाणाची आवड. मनातील भाव सहज, मोकळ्या पण मनाला भुरळ घालणार्या शब्दांत व्यक्त करता यावेत, या इच्छेतून कवितांचा जन्म होऊ लागला. नवनवीन उपक्रमांमध्ये सहभागी होऊन कवितांचे योगदान देण्याची आवड जपता मन काव्यविश्वात रममाण झाले. यातूनच "स्टोरीमिरर - ऑथर ऑफ द इयर २०२१" साठी नामांकित. प्रेमकाव्याची विशेष आवड. आपल्या काव्यातून वाचकास स्व:ताच्या भावनांची प्रचिती यावी, याच प्रयत्नात.

✤✤✤

पाऊस

नव्या गोठल

कांतीवरी सताड भेगा घेऊनी पडली होती
व्याकूळ भूमी मेघराजा साद घालीत होती,
अवचित पवने आसमंत धुळवड खेळले होते
टपोरे थेंब पावसाचे भूमीने प्यायले होते,
ममतेचा तो वेडाळ गंध मनी दरवळला होता
सुखावणारा पहिला पाऊस मी अनुभवला होता!!

इवले बीज घेऊनी उदरी माय निजली होती
रिमझिम वर्षा सर अलगेच तिज कुरवाळत होती,
मेघा पायी कोंब कोवळे नम्र जाहले होते
हिरव्या शालूत माळरानही खुदकन हसले होते,
गोंडस रानफुलांचा थाट निसर्ग मिरवीत होता
नवसंजीवनीचा प्याला पाऊस मी अनुभवला होता!!

खडकांनाही फोडूनी पाझर दुग्ध झरे धबधबले होते
कोरड्या नदीतून अश्व जलाचे दुथड धावले होते,
हिरव्या छबीत इवले मोती सुंदर सजले होते
जलमयी दर्पणी रूप पाहूनी रान लाजले होते,
सौंदर्याची मोहक पुतळी स्वच्छंदी मढवित होता
मनमोहक चित्रकार पाऊस मी अनुभवला होता!!

चिमुकल्यांचा धरूनी संग धूम ठोकली होती
इवल्या डबकी होडी कागदी सुरेख तरली होती,
तरुणाई मनसोक्त वर्षावी मुक्त नाचली होती
गरमागरम चव निराळी जीभेवर थिजली होती,
वृद्धाप्याचे हरपूनी भान मनी मोर नाचला होता
हास्यकळी खुलविता पाऊस मी अनुभवला होता!!

कळले नाही अवचित त्यासी काय जाहले होते
ढगांचे ढगांशी भांडण कट्टर जुंपले होते,
आसमंत दुभांगूनी वीजही साथीस होती
पाहूनी सारे वर्षा राणी अश्रू गाळीत होती,
मोडून, पाडून, नेऊनी सारे दडून बसला होता
रडूनी रडविणारा पाऊस मी अनुभवला होता!!

थाट तयाचा सांगावा काय स्वराज्य आले होते
रोमरोमांत घेऊनी स्फूर्ती सणही रंगले होते,
सुखाची ती सर श्रावणी दारी रांगोळी सजवित होती
पुष्पवेलीची नाजूक कमान अंगण डोलवित होती,
आनंदाचा तृप्त निर्झर तनमन गोठवित होता
गार असूनी ऊबदार पाऊस मी अनुभवला होता!!

सुवर्णाने मढवित कांती तोऱ्यात चालला होता
सप्तरंगाची उधळीत फुले नभात झुलला होता,
लहान थोरा करूनी दंग मग अश्रू गाळले होते
परतावयाचे दु:ख सांगाया बोल मूक जाहले होते,
नव्या भेटीच्या ओढीने त्यासी हसत निरोप दिधला होता
अस्तित्व जयाचे अमृतमयी तो पाऊस मी अनुभवला होता!!

✤✤✤

कवयित्री परिचय

सोनाली बुटले बंसल, ह्यांना वाचन व लेखनाची आवड आहे, त्या शाळेत असल्यापासून कविता लिहितात. सोनालीला विविध विषयात रूची असल्यामुळे त्यांनी पदव्युत्तर शिक्षण वनस्पती शास्त्र, अध्यापन शास्त्रात पूर्ण केले आहे. सोनाली अध्यापन शास्त्रात नेट सेट उत्तिर्ण आहेत.

अध्ययन व अध्यापन करत त्या त्यांचा लेखन छंद जोपासतात! जीवनात आलेल्या अनुभवांवर आधारीत सोनालीच्या कविता व कथा असतात त्यामुळे त्या वाचकांना वाचतांना खूप जवळच्या वाटतात. स्टोरीमिररशी ओळख झाल्यावर सोनालीने वेळात वेळ काढून विविध विषयांवरच्या कथा, कविता स्पर्धेत सहभाग नोंदवला त्याला वाचकांनी भरपूर छान प्रतिसाद दिला. आपला छंद जोपासण्यास स्टोरीमिररने उपलब्ध केलेल्या व्यासपिठाला त्या धन्यवाद देतात व भविष्यातपण आपण ह्या व्यासपिठावर आपले लेखन चालू ठेवणार असे आश्वासन देतात.

बाबा.......

सोनाली बुटले बंसल

बाबा एक आधारवड साधेपणाने घट्ट मुळे रोवणारा
कष्टाचे खतपाणी घालणारा
उंच दूरवर पसरलेल्या फांद्या आश्वस्त
सळसळणारी हिरवीकंच पानं पिलांसाठीची
स्वप्नच जणू

पाउसपाणी वादळवाऱ्यानं अगण्य पान गळाली
तरीही पुनः नाविन्य धारण करून सदोदित बहरलेलं
भरारी मारणाऱ्या पिल्लांनी कधीही
यावं खावं प्यावं न् मनसोक्त हूंदडून झोकून द्यावे स्वतः ला फांद्यांवर
फांद्याही कायम झेलणाऱ्याच
आयुष्याच्या कुठल्याही वळणावर
सुख-दुःखाच्या छळण्यावर
मायेची सावली पांघरणारा ...

बाबा एक पक्षी
पिल्लांसाठी आभाळ मोठं करता करता
क्षितीजापलीकडे झेप घेणाऱा ...
स्वप्नांप्रती सजग राहणारा
चारयासाठी रात्रंदिन एक करता करता
स्वतः चच आभाळ विसरणार. ..
संध्याकाळ होताच चिवचिवाट करणाऱ्या पीलांसाठी घरट्यात परतणारा काडी न्
काडी गोळा करून घरट्याला उबदार बनवणारा
ऋतुंची तमा न बाळगता खंबीरपणे उडणारा ...

बाबा म्हणजे पाउस. ...
कष्टांची धो - धो पडणारा
खुशीत रिमझिमणारा
आनंदात टपोऱ्या गारा घेऊन येणारा ...

बाबा म्हणजे वारा...
प्रगतीसाठी सोसाट्याने वाहणारा
खुशीत मंद वाहत सुखाला कवेत घेणारा
दुःखात संथ वाहणारा

बाबा म्हणजे समुद्र ...
जीवनानुभवांचे प्रवाह एकत्र आणणारा
भरती ओहोटीचा कुठलाही परिणाम नाही होउ देणारा
पोहणाऱ्या पीलांसाठी संथ लाटेत परिवर्तित होणारा
चमचमणाऱ्या वाळूचे स्वप्नकण वेचणारा
शिंपल्यातला मोत्याला हळूवारपणे जपणारा
खोलवर शिकणाऱ्या सूर्य कीरणांनी
तळागाळातही नंदनवन फुलवणारा

बाबा म्हणजे पुस्तक
अक्षरओळख करुन देण्यासाठी धडपडणारा
ज्ञानाची कवाडे उघडणारा
लाल खुणाच्या प्रगतीपुस्तकातही नाही बोलता सही करणारा
घरादारासाठी कोरा चेक असणारा

बाबा म्हणजे चावडी ...
घरादाराची तंटे मानअपमान बाजूला ठेउन मीटवणारा
वेळप्रसंगाचे भान ठेवणारा
बेभान न होता अपमान गीळणारा
कधी तटस्थपणे तर कधी अलिप्तपणे राहणारा एक अवलिया
मानापमानाचे पडदे सारून आपल्या वाटेवर चालणारा

बाबा म्हणजे एक शिक्षक ...
प्रगतीच्या वाटेवर नेणारा
कणाकणाने आयुष्य वेचणारा
मणामणाने आयुष्य देणारा

बाबा म्हणजे अंगण
अंगणभर फिरणाऱ्या बाळाची सीमारेषा होणारा
अंधाऱ्या रात्री लुकलुकणारे तारे दाखवून आश्वस्त करणारा

बाबा म्हणजे एटीएम. ..
कधी लोड होतं ते समजत नाही
कधी रिकामं होते ते समजत नाही
मागीतले त्या क्षणी सरसर देणारं
कधीही न सरणारं

कवयित्री परिचय

आपल्याला आनंद देणाऱ्या गोष्टींना बाजूला ठेऊन जबाबदारीला प्राधान्य देत स्वतःतली लेखनाची आवड जपत जपत एका नामांकित सॉफ्टवेअर कंपनी मधे आज कन्सल्टंट म्हणून कार्यरत असलेली आपली ही लेखिका..**विशाखा**! पण लेखन ही अशी चुणूक आहे की जी तुमच्यात असली की ती साहित्यिकांना जाणवतेच आणि ते साहित्यिक म्हणजे स्टोरीमिरर !

विशाखा ला लहानपणापासून मराठी साहित्याबद्दल खूप ओढ होती. मराठी वृत्तपत्रातील कोडी सोडवत ती आपला मराठी शब्द भांडार वाढवण्याचा प्रयत्न करीत असे. तिचे बाबा एम.ए.(मराठी) आणि ते ही कवी असल्याने विशाखाचा मराठी साहित्याकडे कल जास्त होता. बालपणी मैत्रिणींच्या नावावरून त्यांच्या वाढदिवसाला चारोळी लिहिणे, शालेय निबंधात स्वतःचे काव्य,म्हणी, वाक्प्रचार लिहिणे यातून शिक्षकांना तिच्या या कवीमनाची झलक दिसायची. पुढे विशाखा ने यांत्रिकी अभियांत्रिकी ची पदवी घेत असताना कॉलेजच्या मासिका साठी लेख,कविता लिहायला सुरुवात केली. ज्यात तिला पारितोषिके ही मिळाली आणि तिच्या कवितेचा संग्रह ही वाढला.

विशाखा ने तिच्या आजवरच्या सर्व आयटी कंपनी मधे दैनंदिन कामाच्या जबाबदारी सोबतच आपल्या लेखनाची छाप सोडत विविध उत्तेजनार्थ बक्षिसे, नामांकन मिळवली आहेत. तिला लिखणासोबतच गायनाची व नृत्याची ही आवड आहे. ती मराठी सोबतच हिंदी आणि इंग्रजी भाषेतही तिचे लेखनाचे योगदान देते. स्टोरीमिरर वरील हिंदी भाषेतील तिच्या कविता उल्लेखनीय आहेत. तिच्या लेखनाला स्टोरीमिरर च्या इंटर आयटी स्पर्धांमध्ये टॉप10, टॉप20 मधे नामांकन मिळाले आहे आणि ती स्टोरीमिररच्या विविध कविता स्पर्धांमध्ये सहभागी होत असते.

या कवितेत स्वतःच्या अनुभवातून सर्वांना प्रोत्साहन देणाऱ्या विशाखाचा हा लेखनाचा प्रवास तिच्या कवितेप्रमाणेच आव्हानात्मक आहे. "

स्वागत आव्हानांचं

विशाखा मोरे

येत असतात ढगं असे अधून मधून दाटून,
पण झेलायचं असतं त्यांना धीरानं उरात साठवून...

वादळांना नसते तमा दिशा आणि दशेची,
पण आपलं आपणच सावरत, वाट असते शोधायची...

वादळ वारा पावसाची जरी घट्ट असतात नाती,
पण विध्वंस करतातच ना ती, जर उफाळून आले अति...

भरल्या ढगांच्या सावटानं काळोख होतच असतो ,
पण निराशेनं असं खचून, ध्यास सोडायचा नसतो...

बांध फुटला ढगांचा कि बरसतोच ना पाऊस,
मग त्याच पावसात भिजून आपण पुरवायची असते हौस...

भिजून पंख जड झाले म्हणून उडायचं थांबत नाहीत ना पक्षी,
तशीच न थांबता आपणही स्वप्नांची, रेखाटायची असते नक्षी...

वादळी पावसानंतरच येते ना स्वच्छ पालवी फुलून,
तसच आव्हानांच स्वागत करायचं असतं चेहऱ्यावर स्मित ठेवून.

✤✤✤

कवी परिचय

कवी **श्री. पंडित भिकाजी वराडे**, वाणिज्य पदवीधर असून त्यांनी गरवारे पॉलिएस्टर लिमिटेड, वाळूज, औरंगाबाद येथे सुपरवायझर पदावर 35 वर्षे नोकरी केलेली आहे. 2018 मध्ये निवृत्त होऊन आता सध्या स्वतःची शेती सांभाळत आहेत. कॉलेजमध्ये असल्यापासून साहित्याची आवड असल्यामुळे त्या काळातही बऱ्याचशा कविता वर्तमानपत्रात प्रकाशित झालेल्या आहेत. अनेक प्रातिनिधिक संग्रहात कथा, कविता प्रकाशित झालेल्या आहेत. भूमीजन साहित्य संमेलन, तिफण साहित्य संमेलन, घे भरारी साहित्य संमेलन, मराठवाडा साहित्य संमेलन, जीवनगौरव साहित्य संमेलन, दोस्ती फाउंडेशन काव्यांजली, फकीरा साहित्य संमेलन इत्यादी आणि अशा अनेक साहित्य संमेलनां मध्ये सहभाग. १९९८ मध्ये महाराष्ट्र राज्य साहित्य आणि सांस्कृतिक मंडळ तर्फे अनुदान प्राप्त *कांचन* ही कादंबरी *वंदन प्रकाशन, अमरावती* यांच्यातर्फे प्रकाशित. स्टोरीमिरर प्रकाशनातर्फे *ती वाट बघत्येय* हा कथासंग्रह मार्च २०२२ मध्ये प्रकाशित. स्टोरीमिररच्या ललितबंध (कथा अंतरंगाच्या) या प्रातिनिधिक कथा संग्रहात सहभाग.

ऑनलाइन, ऑफलाईन अनेक स्पर्धांमध्ये अनेक पुरस्कार प्राप्त. Author of the year- २०१८, २०२०, २०२१ या तिन्ही वर्षी पुरस्कारासाठी नॉमिनेशन होऊन टॉप टेन मध्ये मानांकन प्राप्त. काव्यस्पंदन या राज्यस्तरीय व्हाट्सप समूहातर्फे २०१८ चा *महाराष्ट्र भूषण- काव्यस्पंदन सम्राट कवी* हा पुरस्कार प्राप्त.

✤✤✤

कविते!

पंडित भिकाजी वराडे

कधी तरी अचानक
सय मला येते तुझी
वही पेन घेतो हाती
रेखाटतो मूर्ती तुझी

कुणा आवडो नावडो
माझी मला आहे प्यारी
माझ्या मनाच्या भावना
हळूवार जपणारी

कधी कारूण्याची देवी
धरी शौर्य रूप कधी
झरा वात्सल्याचा वाहे
जशी खळाळून नदी

गोड अंगाई गाऊनि
मला कधी शांतविते
कधी मधूर भूपाळी
गाते, मला जागविते

भासे तुझ्या संगतीत
सारी प्रेममय सृष्टी
देते कर्तव्याची जाण
माझी बदलते दृष्टी

सजा काळ्या पाण्याची गं
जेव्हा विनायका झाली
तुझ्या संगतीनं त्यानं
आनंदान ती भोगिली

अशी कशी मोहिनी तू
माझ्या घातली जीवाला
घर संसारा मधूनि
जीव माझा गं उडाला

तुझ्या रूप सौंदर्याची
जादू माझ्यावर झाली
पत्नी म्हणते कोठून
मला सवत आणली?

असा कसा गं लागला
तुझा खुळा नाद मला
तुझ्या नादानं कविते
जीव माझा वेडावला

कवयित्री परिचय

श्रीमती शुभदा भांगले स्टेट बँक ऑफ इंडिया मधून सेवानिवृत्त झाल्या आहेत. लिखाणाची त्यांना आवड असून, बऱ्याच विषयांवर लेख, कविता त्या लिहीत असतात. त्यांचा 'सल' नावाचा काव्यसंग्रह काही वर्षांपूर्वी प्रसिद्ध झाला. 'साठवणीतील गाणी ' हे पुस्तक ही प्रसिद्ध आहे. त्यांच्या पुढील साहित्य प्रवासासाठी

खूप शुभेच्छा.

परिणय

श्रीमती शुभदा भांगले

सोनपिवळा शालू लेऊनी
प्रियकराच्या मिलनाची
वाट पाही वसुंधराही
पूजा करिते गौरीहराची

लग्नमंडपी सगळे जमले
पक्षी, प्राणी, वेली अन फुले
कुणी घातले रंगीत शेले
प्रणयगितही कुणी गायिले

महूर्तवेळ समीप येता
सरसरली नभी सौदामिनी
साजणा च्या चाहुलीने
लाज लाजली अवघी अवनी

मेघ अश्वा वर आरूढ होऊन
नवरदेवाची स्वारी निघाली
मागे पुढती वाजे ताशा
वर्हाडमंडली नाचू लागली

मंगलाष्टके गाऊन होता
धवल धुक्याचा पडदा सरला
वरुणाने धरेच्या गळा घातली
शुभ्र मोत्यांची चमचम माळा

सप्तरंगी इंद्रधनू चे तोरण
नभोमंडपी कुणी बांधिले
ह्या शुभसमयी भाट सृष्टीचे
मंगल गाणी गाऊ लागले

डोंगरमाथा हळूच चुंबीता
अश्रू तृप्तीचे वाहू लागले
आनंदाने तुडुंब भरता
खळाळून निर्झरही हसले

एक एक तारका निघाली
पहावया वरुणाची राणी
अचानक मग वीज गरजली
नवरदेवाची खाष्ट करवली

काय वर्णावा हा सोहळा
वरुण-पृथ्वी च्या परिणयाचा
स्वर्गातूनही बरसत होता
वर्षाव किती स्तुती सुमनांचा

✤✤✤

कवी परिचय

कवी व लेखक **श्री. प्रदीप पंडित वराडे** हे मॅनेजमेंट शाखेतील पदवीधर (MBA) असून सध्या "द्रोना एज्युकेशन, अहमदनगर" या संस्थेच्या डायरेक्टर या पदावर कार्यरत आहेत. त्यांनी महाराष्ट्रातील 110 पेक्षा जास्त महाविद्यालयांमध्ये "स्पर्धा परीक्षा आणि करिअर मार्गदर्शन" या विषयावरील व्याख्याने दिलेली आहेत. शाळा कॉलेजमध्ये असल्यापासूनच साहित्याची विशेष आवड असल्यामुळे अनेक कविता व कथा ऑनलाइन आणि ऑफलाईन प्रकाशित केलेल्या आहेत.

ऑनलाइन तसेच ऑफलाइन अनेक स्पर्धांमध्ये विविध पुरस्कार प्राप्त, स्टोरीमिरर वरील ऑथर ऑफ द इयर 2021(English)- 3rd विनर.

स्वतःस मारत गेलो...

श्री. प्रदीप पंडित वराडे

नाग विषारी जाणीव असता पोसत गेलो,
घाव दुधारी राखीव नसता सोसत गेलो...

पाय जमिनी फसता आणखी रोवत गेलो,
हाय गरिबी बघता पोरकी कोसत गेलो...

दुःख नशिबी मिळता निव्वळ हासत गेलो
काया फरेबी चंदना सारखी घासत गेलो...

व्यर्थ लव्हाळे माथ्यावरती खोसत गेलो,
घाय जिव्हारी कळता मन मी मारत गेलो...

भाग्य कधीही छळता विनम्र वागत गेलो,
साय दुधाची मिळता गाय मी टाळत गेलो...

'अर्थ' हीन जखमेवर फुंकर घालत गेलो
हाय नव्याने जगता स्वतःस मारत गेलो...

✤✤✤

कवी परिचय

वैशाली देव या व्यवसायाने शिक्षक आहेत. त्यांनी गणित या विषयाची पदवी घेतलेली आहे. त्यांना आपल्या वडिलांकडून साहित्याचा वारसा मिळाला आहे. त्यांचे वडील उत्तम लिहायचे. त्या सुद्धा आता कथा, कविता, लेख, चारोळी अशा अनेक साहित्य प्रकारात लिहितात. त्यांचे स्वतःचे कवितांचे "शब्दरंग" या नावाने ई-बुक प्रकाशित झाले आहे. लिखाणाद्वारे आपल्या भावनांना आपण प्रगट करू शकतो असे त्यांना वाटते. लिखाणा सारखेच त्यांना प्रवास, पेंटिंग, बागकाम या कामांमध्ये अतिशय रुची आहे. स्टोरीमिरर मध्ये त्यांनी भरपूर लिखाण केले आहे. व त्यांना सर्टिफिकेट्स मिळाले आहेत. त्यांनी अनेक कविता स्पर्धांमध्ये भाग घेतला आहे. यापुढे सुद्धा त्यांच्या हातून साहित्यातील उत्तम कलाकृती घडावी अशी त्यांची इच्छा आहे.

अंगण

वैशाली देव

विसरून सारे काही
तुझ्या अंगणात आले
बहर अंगणीचा
फुलवून गेले

तुझ्या प्रीतीचा प्राजक्त
दारी दरवळून गेला
गंधाळलेला मोगरा
अजूनच बहरत गेला

तू दिलेला गुलाब
अजूनही ताजाच आहे
तरीही त्यातला काटा
रूततोच आहे

रूतणाऱ्या काट्याची
फुंकर तुझीच आहे
रातराणीचा दरवळ तो
रात्र सुगंधित करतो
तुझ्या येण्याची
चाहूल हलकेच देतो

तुझ्या अंगणातला चाफा
मला भुलवून गेला
मत्त त्याचा सुगंध
रोमा रोमात भिनला

तुझी जाई, जुई ,चमेली
मी ओंजळीत घेतली
त्यातली काही फुले
तुझ्या ओंजळीत सांडली

तुझे अंगण आता
माझेच झाले
माळून त्यातली फुले
मी तुझीच झाले.

कवी परिचय

पंकज व्यवसायाने मल्टिनँशनल कंपनीमध्ये मैनेजर म्हणून कार्यरत आहे. पण मनाने लेखक आहे त्यांना लहानपणापासुन गाणी लिहायला आवडतात. त्यांचे स्वप्न आहे की, त्यांची लिहिलेली गाणी अजय अतुल सरांच्या संगीतात बांधली जावुन एकदा तरी चित्रपटात प्रदर्शीत व्हावी. ते एक संवेदनशील छायाचित्रकार देखील आहे. त्यांनी वैद्यकीय शास्त्रात पदवी प्रदान केलेली आहे. ते स्टोरीमिरर ला खुप खुप मनापासुन धन्यवाद देतात कारण, स्टोरीमिरर ने अशा साहित्यिकांसाठी एक मोठा मंच तयार करून दिलेला आहे. स्टोरीमिरर मुळे त्यांच्या आयुष्यात गाणी लिहिण्याची प्रेरणा पुन्हा जन्माला आली.

✤✤✤

वाट

श्री पंकज प्रकाश उपाध्ये

आयुष्यची रंगीत सुरवात होईल म्हणुन दुख हृदयात साठवत गेलो....
कुठे तरी रंग बहरेल म्हणून फक्त वाट बघत गेलो...
जगाच्या शर्यतीत टिकाव लागावा म्हणून काम करत गेलो...
निस्वार्थ भावनेने ते लुटत गेलो....
कोणी आपल्याला पण निस्वर्थ प्रेम करेल ही वाट बघत गेलो....
सर्व करता करता स्वतःला मात्र विसरून गेलो.....
ईतका विसरलो की, साठवणीतले दुख कमी होणार याच आशेवर जगत गेलो...
दैव पण अनुकूल नव्हत ...
शर्यतीत टिकाव मात्र लागला....
जिंकण्याची चाहुल लागली वाटले की आता तरी रंग बहरते....
पण हे मात्र विसरलो की निस्वार्थ लुटलेल्य प्रेमाला मोल नाही...
आपण काही त्याग केले म्हणुन कोणी आपल्यासीठी त्याग करणार नाही...
जगतर स्वर्थी निघाले..
स्वार्थी जग बघून पुर्ण संपलो..
साठवणारे दुख ..बहरणारी रंगांचे स्वप्न सत्यात कधी उतरतील..
याचीच वाट बघत गेलो...याचीच वाट बघत गेलो...
उद्या जीवन असेल नसेल, काट्यावरची कसरत करतच गेलो...
अन, या कठीण गर्दीत जगणे मात्र शिकत गेलो.........
जगणे मात्र शिकत गेलो.....

✤✤✤

www.ingramcontent.com/pod-product-compliance
Lightning Source LLC
LaVergne TN
LVHW041707060526
838201LV00043B/618
* 9 7 8 8 1 9 6 0 9 6 5 4 0 *